BA ĐIỂM TINH YẾU TRÊN ĐƯỜNG TU TẬP

BA ĐIỂM TINH YẾU TRÊN ĐƯỜNG TU TẬP

TIỂU NHỎ Việt dịch
NGUYỄN MINH TIẾN hiệu đính

Bản quyền thuộc về dịch giả và Nhà xuất bản Liên Phật Hội.

Copyright © 2016 by Nguyen Minh Tien
ISBN-13: 978-1545450550
ISBN-10: 1545450552

© All rights reserved. No part of this book may be reproduced by any means without prior written permission from the publisher.

TIỂU NHỎ Việt dịch
NGUYỄN MINH TIẾN hiệu đính

BA ĐIỂM TINH YẾU

TRÊN ĐƯỜNG TU TẬP

NHÀ XUẤT BẢN LIÊN PHẬT HỘI

LỜI NÓI ĐẦU

*T*ập sách này là bản Việt dịch từ một bài giảng của Đức Đạt-lai Lạt-ma XIV, được ngài Rajiv Mehrotra - đệ tử của đức Đạt-lai Lạt-ma - trực tiếp ban cho chúng tôi cùng với 5 bài giảng khác nữa, kèm theo một văn bản cho phép chuyển dịch tất cả sang Việt ngữ và phát hành ở dạng song ngữ Anh-Việt. **Ba điểm tinh yếu trên đường tu tập** là bài giảng giải chi tiết về ý nghĩa một bài kệ rất nổi tiếng của Đại sư Tongskhapa (Tông-khách-ba).

Mặc dù đây là một phần giáo pháp rất uyên áo, không dễ nắm hiểu, nhưng đức Đạt-lai Lạt-ma đã hết sức khéo léo trong sự trình bày mạch lạc và luận giải chặt chẽ, khiến cho người đọc có thể nắm hiểu được từng vấn đề theo một trình tự tiến dần lên. Qua đó, những phần tinh yếu của giáo pháp được giảng rõ và người đọc có được cơ hội để học hỏi bài kệ của ngài Tongskhapa một cách dễ dàng hơn rất nhiều so với khi chỉ đọc nguyên bản. Ngoài ra, việc trình bày song ngữ Anh-Việt cũng là một lợi thế rất lớn cho các độc giả sử dụng được tiếng Anh, vì có thể đối chiếu ngay từng câu văn, đoạn văn của nguyên tác nếu thấy còn có chỗ khó hiểu.

Chúng tôi thành kính tri ân đức Đạt-lai Lạt-ma XIV và ngài Rajiv Mehrotra đã dành cho chúng tôi một đặc ân ngoài cả sự mong đợi khi ban tặng những giáo pháp này, và chúng tôi cũng ngầm hiểu rằng đây là một món quà vô giá mà các ngài muốn thông qua chúng tôi để gửi tặng tất cả Phật tử Việt Nam, những ai mong muốn được học hỏi Chánh pháp của đức Thế Tôn từ lời dạy của các bậc cao tăng đương đại. Chúng tôi cũng cảm tạ Lobsang Jordhen đã chuyển dịch từ Tạng ngữ sang Anh ngữ để chúng tôi có cơ hội Việt dịch và giới thiệu cùng độc giả Việt Nam. Xin cảm ơn Jeremy Russell đã làm công việc hiệu đính bản Anh ngữ.

Mặc dù đã nỗ lực hết sức trong quá trình chuyển dịch nhưng chắc chắn không thể tránh khỏi ít nhiều sai sót. Chúng tôi xin nhận phần trách nhiệm đối với mọi khiếm khuyết trong việc dịch thuật cũng như trình bày và rất mong mỏi sẽ nhận được những góp ý chỉ dạy từ quý độc giả gần xa.

Cuối cùng, những người thực hiện sách này xin hồi hướng mọi công đức về cho tất cả chúng sanh hữu tình. Nguyện cho sự ra đời của tập sách này sẽ giúp cho tất cả những ai hữu duyên gặp được nó đều sẽ nhanh chóng phát tâm Bồ-đề và dũng mãnh tinh tấn trên đường tu tập cho đến ngày thành tựu giác ngộ viên mãn.

NHỮNG NGƯỜI THỰC HIỆN

BA ĐIỂM TINH YẾU TRÊN ĐƯỜNG TU TẬP

Giáo pháp của Ngài Tsongkhapa do Đức Đạt Lai Lạt Ma giảng giải

Dịch sang Anh ngữ: Lobsang Jordhen
Biên tập: Jeremy Russell

DẪN NHẬP

Hôm nay tôi sẽ giảng về ba điểm tinh yếu trên đường tu tập. Như thường lệ, trước khi bắt đầu chúng ta sẽ thực hiện ba nghi thức để tịnh hóa tâm thức, rồi sau đó sẽ tụng Tâm kinh [Bát-nhã].

Bây giờ chúng ta hãy cùng cúng dường mạn-đà-la.

Khi truyền giảng bất cứ giáo pháp nào thì cả người nghe Pháp lẫn người giảng Pháp đều phải có một động cơ trong sáng. Nhất là khi nghe giảng về giáo pháp Đại thừa thì trước hết bạn cần phải quy y nơi Phật, Pháp và Tăng-già để tự bảo vệ mình không đi theo tà đạo và thứ hai là phải phát tâm Bồ-đề vì tất cả chúng sinh, nhằm tự phân biệt mình với hành giả của các dòng tu thấp hơn. Do đó, chúng ta phải quán tưởng hai điều: Thứ nhất là quy y Phật, Pháp và Tăng-già vì lợi lạc của tất cả chúng sinh, kế đến là khởi tâm khát ngưỡng sự giác ngộ vì tất cả chúng sinh. Với động cơ như vậy, chúng ta cần tụng đọc bài kệ quy y Phật, Pháp và Tăng-già ba lần đồng thời quán tưởng mạnh mẽ là ta đang làm như thế vì lợi lạc của tất cả chúng sinh.

o

Sau khi đức Vô thượng Chánh giác đạt đến giác ngộ tại Bồ-đề Đạo tràng, ngài đã giảng pháp Tứ diệu đế: Khổ đế, Tập đế, Diệt đế và Đạo đế. Giáo pháp này đã trở thành căn bản hay nền tảng cho mọi giáo pháp mà Ngài truyền giảng sau này.

Mặc dù đức Phật thuyết giảng về Tứ diệu đế trong lần chuyển pháp luân thứ nhất nhưng ý nghĩa của Diệt đế lại được thuyết giảng rõ ràng nhất trong lần chuyển pháp luân thứ hai. Vào lúc đó, ngài đã thuyết giảng về ý nghĩa tánh Không một cách trực tiếp và cũng hàm ý thuyết giảng về các giai đoạn tu tập. Nói cách khác, trong khi thuyết giảng về tánh Không một cách trực tiếp, Ngài đã chỉ dạy ý nghĩa của cả hai chân lý: chân lý theo quy ước (Tục đế) và chân lý tuyệt đối (Chân đế), cùng với ý nghĩa rốt ráo của Niết-bàn và tịch diệt.

Trong lần chuyển pháp luân thứ ba, đức Phật dạy về ý nghĩa của Phật tính trong kinh Như Lai tạng, hình thành cơ sở cho *Đại thừa Tối thượng luận* (Tối thượng du-già) của đức Di-lặc. Ngài dạy rằng chúng sinh đều có Phật tính, tức là khả năng đạt giác ngộ chủ yếu nhờ bản chất của tâm, vốn không tồn tại trên cơ sở tự tính nên thích hợp để chuyển hóa sang trạng thái giác ngộ. Luận dạy rõ rằng bản chất của tâm rất thanh tịnh, không cấu nhiễm nên thích hợp cho việc đạt giác ngộ. Lý do là mọi thứ không có tự tính đều có thể được chuyển hóa và phụ thuộc vào nhân duyên. Trong *Căn Bản Trung quán luận*, ngài Long Thọ đã nói:

Đối với các thứ mà tánh Không khả dĩ,
Thì mọi việc là có thể.
Đối với các thứ mà tính Không không có,
Thì không có gì khả thi.[1]

Tánh Không có nghĩa là không có sự tồn tại trên cơ sở tự tính, và điều này có nghĩa là phụ thuộc vào cái khác, phụ thuộc vào các nhân và các duyên. Khi ta nói pháp[2] này phụ thuộc pháp khác thì có nghĩa là khi pháp khác thay đổi thì pháp này cũng thay đổi theo. Nếu pháp này không phụ thuộc vào pháp khác và có tự tính [độc lập] thì lẽ ra nó sẽ không bị thay đổi do các điều kiện khác.

Như vậy, trong lần chuyển pháp luân thứ hai, khi dạy rằng các pháp vốn không có tự tính tự tồn, đức Phật đã chỉ rõ rằng [chúng ta] có thể làm cho

---

[1] Nếu dựa theo bối cảnh tranh luận khi đưa ra bài kệ này thì có thể dịch rõ ý hơn là: "Bất kỳ [luận điểm] nào xét đến tánh Không, đều có khả năng được chấp nhận. Bất kỳ [luận điểm] nào không xét đến tánh Không, đều không thể chấp nhận." (ND)

[2] Chữ pháp (Sanskrit: dharma) ở đây chỉ đến mọi sự vật hay hiện tượng. (ND)

các pháp thay đổi, vì chúng phụ thuộc vào các nhân duyên. Mặc dù pháp vốn không có tự tính [tự tồn], nhưng khi chúng xuất hiện trước ta, ta nghĩ rằng chúng tồn tại trên cơ sở tự tính. Không những [ta thấy] các pháp hiện ra như thể là tự chúng tồn tại, mà ta còn bám chấp vào chúng và xác quyết rằng chúng tồn tại trên cơ sở tự tính. Do đây mà chúng ta khởi sinh lòng ham muốn, khao khát, sân hận và nhiều [tâm hành xấu] khác... Khi ta tiếp cận với một đối tượng nào đó lý thú hay hấp dẫn, ta khởi sinh nhiều tham luyến vào đó; và khi ta gặp phải điều gì đáng ghét hay không hấp dẫn thì ta khởi sân hận. Như vậy, các vấn đề như sân hận và tham lam đều khởi sinh từ sự nhận thức [sai lệch về] các pháp như là tồn tại trên cơ sở tự tính.

Sự nhận thức rằng các pháp tồn tại trên cơ sở tự tính là một nhận thức sai lệch về đối tượng, từ đó tạo thành nền tảng của tất cả phiền não. Tuy nhiên, nếu chúng ta phát triển một tri kiến rằng mọi pháp đều không có tự tính [tự tồn] thì điều đó sẽ có tác dụng đối trị với nhận thức sai lệch nói trên. Điều này cho thấy lậu hoặc trong tâm có thể được loại bỏ. Và nếu các phiền não làm nhiễm ô tâm là có thể loại bỏ, thì các chủng tử do phiền não để lại trong tâm thức cũng có thể loại bỏ.

Bản tính hoàn toàn thanh tịnh của tâm, vốn không có sự tồn tại trên cơ sở tự tính, được thuyết giảng rất rõ ràng trong lần chuyển pháp luân thứ hai. Trong lần chuyển pháp luân thứ ba, điều này lại được thuyết giảng không những dưới góc độ chân đế mà còn ở cả góc độ tục đế, rằng bản tính rốt ráo của tâm là thanh tịnh. Trong trạng thái thanh tịnh này, tâm hoàn toàn vô ký và sáng suốt.

Lấy ví dụ, dù chúng ta đang ở trình độ tu tập nào thì phiền não cũng không sinh khởi mọi lúc trong ta. Hơn thế nữa, đối với cùng một đối tượng thì có lúc chúng ta giận dữ nhưng lúc khác ta lại yêu thương, một điều xem ra hoàn toàn không hợp lý. Điều này cho thấy rằng bản chất thật sự của tự tâm là thanh tịnh nhưng do các tâm hành, tức là các tâm khởi sinh từ tự tâm, mà đôi lúc tâm có vẻ như [mang các phẩm chất] thiện, như lòng thương yêu, và lúc khác lại biểu lộ ở dạng bất thiện như sân hận. Vì thế, bản chất của tự tâm là vô ký, nhưng do phụ thuộc vào các tâm hành nên tâm có thể [biểu lộ] thay đổi từ thiện cho đến bất thiện.

Như vậy, bản tính của tâm là sáng suốt, còn phiền não là [yếu tố] tạm thời và đến từ bên ngoài. Điều này cho thấy nếu chúng ta tu tập và nuôi dưỡng các thiện hạnh thì tâm sẽ được chuyển hóa một cách tích cực. Ngược lại, nếu tiếp xúc với các phiền não thì tâm cũng bị cấu nhiễm. Do đó, tất cả các phẩm tính [cao quý] như là Thập lực của Phật đều có thể thành tựu nhờ vào tính chất này của tâm.

Lấy ví dụ như tất cả các thức khác nhau đều có cùng khả năng nhận hiểu và rõ biết đối tượng, nhưng khi một thức nào đó bị ngăn trở thì nó không thể nhận biết được đối tượng. Mặc dù nhãn thức có khả năng nhìn thấy đối tượng nhưng nó sẽ chẳng thấy gì nếu bị che phủ hay ngăn trở. Tương tự, nhãn thức có thể không thấy được gì nếu đối tượng ở quá xa. Như vậy, tâm vốn sẵn có khả năng hiểu biết mọi pháp, một phẩm tính không cần tu dưỡng nhưng có thể bị các yếu tố khác ngăn che.

Cùng với sự thành tựu các phẩm tính cao quý của một vị Phật, như Thập lực chẳng hạn, chúng ta cũng sẽ đạt đến trạng thái viên mãn của tâm thức, có thể thấy biết đối tượng một cách rất rõ ràng và trọn vẹn. Điều này cũng có thể thành tựu chỉ bằng cách nhận biết tự tính chân thật của tâm và loại trừ mọi phiền não, chướng ngại trong tâm.

Trong lần chuyển pháp luân thứ ba, trong số bốn chân đế đã được khởi giảng trong lần chuyển pháp luân thứ nhất, ý nghĩa của Đạo đế [giờ đây] được giảng giải rất rõ ràng qua việc định nghĩa *Như lai tạng* hay *Phật tính*. Giáo pháp này mở ra khả năng thành tựu nhất thiết trí, trạng thái tâm thức rốt ráo có khả năng nhận biết [tất cả] các pháp và trạng thái hiện hữu rốt ráo của chúng.

Như vậy, ý nghĩa của Diệt đế được giải thích trọn vẹn trong lần chuyển pháp luân thứ hai và Đạo đế được giảng giải rất chi tiết trong lần chuyển pháp luân thứ ba. Giáo pháp này giải thích khả năng tiềm tàng của tâm thức trong việc nhận biết trạng thái hiện hữu rốt ráo của các pháp và việc có thể thành tựu nhất thiết trí như thế nào thông qua sự rèn luyện và phát triển khả năng này.

Ngày nay, khi cần phải giải thích bản chất rốt ráo của tâm thức và khả năng thành tựu sự giác ngộ, chúng ta có thể dựa vào cả kinh điển [hiển giáo] lẫn các tantra [của Mật thừa]. Hai phần giáo pháp này có khác biệt chi tiết khi giảng giải về bản chất của tâm. Giáo pháp mật thừa giải thích rất rõ ràng trạng thái vi tế nhất của giác ngộ trong lớp mật điển cao nhất là *Tối thượng Du-già*. Ba lớp mật điển đầu tiên tạo nền tảng cho lớp mật điển này.

Về cơ bản, những gì vừa trình bày trên là một lược giải về [toàn bộ] giáo pháp của đức Phật, từ Tứ diệu đế đến Tối thượng Du-già. Tuy nhiên, cho dù chúng ta có hiểu rõ về bản chất rốt ráo của tâm và khả năng thành tựu giác ngộ với tâm đó, nhưng nếu ta không rèn luyện và nỗ lực để đạt đến mục đích, thì chúng ta sẽ không thể giác ngộ. Do đó, một mặt cần phải hiểu rõ bản chất rốt ráo của tâm, mặt khác cần phải phát khởi ý nguyện tu tập và thành tựu khả năng này.

Khi giảng về hai chân đế đầu tiên, đức Phật đã mô tả các [nhận thức] sai lầm và khiếm khuyết nhất thiết phải từ bỏ, loại trừ. Đó là sự thật về khổ đau (Khổ đế) và nguồn gốc của khổ đau (Tập đế). Khi giảng giải về hai chân đế còn lại, tức là sự thật về chấm dứt hoàn toàn mọi khổ đau (Diệt đế) và con đường chân thật để đạt đến điều đó (Đạo đế), đức Phật dạy rằng có một phương pháp, một con đường tu tập để loại trừ mọi khổ đau và phiền não, nhờ đó có thể đạt đến sự chấm dứt hoàn toàn các phiền não.

Nếu không có cách đối trị hay phương pháp để loại trừ khổ đau và đạt đến trạng thái an lạc, dứt sạch mọi khổ đau thì không cần thiết phải bàn luận, tư duy hay quán chiếu về khổ đau, bởi vì điều đó hẳn chỉ làm phát sinh sự bi quan và tăng thêm khổ đau cho chính mình mà thôi. Chẳng thà cứ tiếp tục không nhận biết [sự thật về khổ đau] và không lo lắng gì cả còn tốt hơn. Tuy nhiên, thực tế là chúng ta có một cơ hội [thoát khổ], có một con đường và phương thức để loại trừ khổ đau nên việc bàn luận và quán xét về khổ đau là rất hữu ích. Đây chính là tầm quan trọng và ý nghĩa bao trùm của giáo pháp Tứ diệu đế do đức Phật truyền giảng, vì nó tạo cơ sở và nền tảng cho tất cả các pháp môn tu tập.

Khi chúng ta quán xét sự thật về khổ đau và nguồn gốc của khổ đau rồi đạt đến sự thấu hiểu hai chân đế này, chúng ta sẽ phát khởi tâm nguyện giải thoát chính mình khỏi mọi khổ đau và nguyên nhân gây khổ đau. Nói cách khác, vì chúng ta không ưa thích sự thật về khổ đau và nguồn gốc của khổ đau, nên ta mong muốn từ bỏ. Điều này được gọi là quyết tâm mong cầu giải thoát [hay tâm xả ly].

Khi bạn quán xét kỹ về khổ đau, bạn sẽ thấy không chỉ riêng mình là người duy nhất chịu đau khổ, vì các chúng sinh khác cũng chịu khổ đau như vậy. Khi đó bạn nên nghĩ rằng, vì các chúng sinh khác cũng khổ đau như tôi nên thật tuyệt vời biết bao nếu họ cũng có thể loại bỏ mọi khổ đau và nguyên nhân gây ra khổ đau. Ước nguyện cho mọi chúng sinh khác loại bỏ được khổ đau và nguyên nhân gây ra khổ đau như thế được gọi là lòng bi mẫn. Với lòng bi mẫn, bạn quyết định chính mình sẽ giúp đỡ chúng sinh loại bỏ khổ đau và nguyên nhân gây ra khổ đau, đó chính là quyết tâm đặc biệt hay tâm nguyện tích cực làm lợi lạc cho mọi chúng sinh khác.

Sau đó, nếu bạn quán xét thật kỹ về việc làm thế nào để chúng sinh có thể được lợi lạc, không chỉ tạm thời mà là rốt ráo, bạn sẽ đi đến kết luận rằng chỉ có thể làm lợi lạc cho họ một cách trọn vẹn bằng cách giúp họ thành tựu giác ngộ; và để có thể làm được điều đó thì chính bạn phải thành tựu giác ngộ trước. Tâm bi mẫn mong cầu quả Phật để giúp tất cả chúng sinh thành tựu giác ngộ được gọi là tâm Bồ-đề.

Người ta có thể loại bỏ được khổ đau và thành tựu giác ngộ hoàn toàn vì các pháp không có sự tồn tại độc lập hay trên cơ sở tự tính. Do đó, điều quan trọng là cần hiểu rõ bản chất của các pháp, sự không tự tồn tại của chúng. Tri kiến về sự không tồn tại trên cơ sở tự tính của các pháp được gọi là chánh kiến.

Ở đây, ba phẩm tính là sự quyết tâm mong cầu giải thoát (1), [phát] tâm Bồ-đề (2) và chánh kiến

(3) sẽ được xem như ba đạo lộ căn bản. Sở dĩ được gọi như vậy là vì chúng tạo động lực chân chánh cho sự giải thoát khỏi luân hồi và hình thành các yếu tính cần thiết cho sự thành tựu giác ngộ.

Phương tiện chủ yếu để giải thoát khỏi luân hồi là quyết tâm [mong cầu] giải thoát và phương tiện chủ yếu để thành tựu giác ngộ là tâm Bồ-đề. Cả hai phương tiện này đều được trưởng dưỡng bởi chánh kiến hay trí tuệ nhận biết tính Không.

Bây giờ, tôi sẽ bắt đầu giảng giải phần chánh văn.

Chí tâm đảnh lễ

Con chí tâm đảnh lễ các bậc lạt-ma tôn quý nhất.

Câu kệ này bày tỏ tâm kính ngưỡng của vị luận sư (ngài Tsong Khapa) trước khi soạn ra bản luận văn này.

Tôi sẽ giải thích ý nghĩa một số từ ngữ trong câu này. Danh xưng "lạt-ma" không chỉ được dùng để chỉ một vị trí quyền lực theo nghĩa thế tục mà đúng hơn là để chỉ một người thực sự có từ tâm và phẩm hạnh bao la. Tạng ngữ "Je" hay cao nhất ở đây có nghĩa là một người quan tâm đến kiếp sau nhiều hơn là các thú vui hiện thời hay trần tục của cuộc đời này, đời sống trong cõi luân hồi này. Từ này chỉ đến người quan tâm nhiều hơn đến lợi lạc lâu dài của các chúng sinh khác qua nhiều kiếp sống kế tiếp. Tạng ngữ *"tsun"* có nghĩa là tôn quý hay giới hạnh trang nghiêm, chỉ đến vị lạt-ma vì ngài thấu hiểu được rằng, các sự hoan lạc và hấp dẫn của cuộc sống sinh tử luân hồi là vô nghĩa cho dù chúng vui thú và hấp dẫn đến đâu đi chăng nữa. Ngài đã thấy các pháp thế gian không có bất kỳ giá trị bền lâu nào và đã hướng tâm đến sự an lạc lâu dài hơn của những kiếp sau.

Nói cách khác, lạt-ma là người tu tập kiểm soát tâm ý và không thèm khát các thú vui thế gian mà chỉ mong cầu đạt giác ngộ. Từ 'lạt-ma' thật sự mang nghĩa tối cao, được dùng để chỉ một người quan tâm đến mọi chúng sinh khác nhiều hơn chính bản thân và quên mình vì lợi lạc của chúng sinh.

"Con xin đảnh lễ" hàm ý sự cúi lạy. Bạn cúi lạy vị lạt-ma khi thấy được phẩm tính quan tâm đến mọi chúng sinh của ngài và hạnh phúc mà chúng sinh có được nhờ vào sự hy sinh của chính ngài. Khi tán thán phẩm tính này của vị lạt-ma, bằng việc cúi lạy ngài, bạn phát khởi tâm nguyện sẽ tự mình đạt được các phẩm tính như thế.

Lời thệ nguyện khi soạn thảo luận văn này

Con sẽ giải thích bằng hết khả năng mình
Tinh hoa tất cả giáo pháp của đấng Pháp vương
Con đường mà các vị Pháp vương tử tán thán
Lối vào cho những ai may mắn mong cầu giải thoát.

Câu kệ thứ nhất diễn tả thệ nguyện của vị luận sư (ngài Tsong Khapa) khi soạn thảo luận văn này. Câu thứ hai hàm ý nói đến quyết tâm giải thoát, vì tất cả giáo pháp của đức Phật đều hướng đến mục đích giải thoát. Chính từ quan điểm hướng đến mục đích thành tựu giải thoát mà chúng ta cần phải thấy được tai hại của những cám dỗ trong luân hồi và mong muốn từ bỏ chúng. Điều này thực sự thiết yếu nếu chúng ta mong cầu giải thoát. Do đó, câu kệ thứ hai này hàm ý nói đến việc từ bỏ luân hồi.

Cụm từ *"Pháp vương tử"* trong câu kệ thứ ba có 3 hàm nghĩa. Nó chỉ đến những người được sinh ra từ thân, khẩu và ý của đức Phật. La Hầu La là con Phật trong ý nghĩa thể chất, [sinh ra từ thân Phật]. Những người con sinh ra từ khẩu Phật là chỉ đến các vị Thanh văn và Độc giác Phật.[1] Nhưng trong ngữ cảnh này, *"Pháp vương tử"* chỉ đến những người sinh ra từ ý Phật, những người đã phát tâm Bồ-đề. Bạn chỉ trở thành Bồ Tát hay con Phật [trong ý nghĩa này] khi bạn phát nguyện mong cầu giác ngộ vì người khác. Bồ Tát được gọi là con của tâm Phật vì các ngài được sinh ra từ những phẩm tính trong dòng tâm thức của đức Phật.

Câu cuối của đoạn kệ này muốn nói đến chánh

---

[1] Thanh văn là các vị được giác ngộ nhờ lắng nghe và làm theo lời Phật dạy; Độc giác Phật (hay còn gọi là Duyên giác Phật, Bích-chi Phật) là các vị thành tựu giác ngộ nhờ việc tự mình quán chiếu lý nhân duyên

kiến, vì việc đạt giải thoát phụ thuộc vào việc có thấu hiểu được tánh Không hay không.

Như vậy, ba dòng kệ bên dưới của đoạn này tóm tắt ý nghĩa của [các vấn đề:] quyết tâm cầu giải thoát, phát tâm Bồ-đề và tri kiến về tánh Không, là những vấn đề sẽ được giảng giải trong bản luận văn này.

Khuyên bảo đệ tử lắng nghe

Những ai không mê đắm trong các thú vui của luân hồi;
Hãy tinh tấn sao cho cơ hội làm người này trở thành có nghĩa;
Nương theo con đường khiến đức Phật hoan hỷ.
Những ai được may mắn như thế, hãy lắng nghe với lòng thanh tịnh.

Hầu hết chúng ta ở đây[1] đều có đủ tài sản nên không phải làm việc quá cực nhọc để có cái ăn, cái mặc... Nhưng rõ ràng là trong cuộc đời này, chỉ có cái ăn, cái mặc không thôi thì chưa đủ. Chúng ta còn cần những thứ khác. Chúng ta vẫn khao khát muốn có thêm cái gì đó... Điều này cho thấy rõ ràng là trừ phi niềm vui và hạnh phúc được tạo ra thông qua sự chuyển hóa tâm, bằng không thì người ta không thể có được hạnh phúc lâu dài bằng các phương tiện [vật chất] bên ngoài, cho dù các điều kiện bên ngoài có thuận lợi đến đâu đi chăng nữa.

---

[1] Chỉ thính chúng đang nghe bài thuyết giảng này. (ND)

Hạnh phúc và buồn phiền phụ thuộc rất nhiều vào thái độ tinh thần của chúng ta. Do đó, điều quan trọng là chúng ta phải tạo ra được một sự chuyển hóa nào đó trong tâm. Vì hạnh phúc lâu dài chỉ có thể đạt được theo cách này nên điều quan trọng là phải dựa vào năng lực của tâm thức và nhận biết được bản chất rốt ráo của tâm.

Có nhiều giáo lý trong các truyền thống tôn giáo khác nhau về phương thức để tạo ra một sự chuyển hóa như thế. Giáo pháp của đức Phật mà chúng ta đang thảo luận ở đây chứa đựng một sự giảng giải rất rõ ràng, chi tiết và có hệ thống.

Trong một chừng mực nào đó, chúng ta quả thật có thể được xem là "những người may mắn" như đề cập trong đoạn kệ này, bởi vì chúng ta đang cố gắng giảm thiểu sự tham luyến của mình; bởi vì chúng ta đang cố gắng làm cho kiếp người quý báu được tự do và may mắn này trở nên đầy ý nghĩa; và bởi vì chúng ta đang được nương theo Phật pháp. Do đó, dòng kệ [cuối đoạn] này khuyên chúng ta hãy chú tâm đến giáo pháp mà vị luận sư sắp truyền giảng.

Sự cần thiết phát khởi **tâm cầu giải thoát**

Nếu không hết lòng mong cầu giải thoát thì không dựa vào đâu để đạt được an lạc.
Do đắm chấp các thú vui trong biển khổ luân hồi,
Chúng sinh hoàn toàn bị sự tham luyến vào cuộc sống trói buộc,
Do đó, ngay từ khởi đầu hãy hướng đến một quyết tâm cầu giải thoát.

Đến đây chúng ta bắt đầu đi vào phần nội dung chính, là phần giáo pháp thực sự của bản luận văn này. Đoạn kệ này giảng giải sự cần thiết phải phát khởi quyết tâm xả ly hay tâm mong cầu giải thoát khỏi luân hồi. Việc nhìn thấy được các tai hại và khiếm khuyết của luân hồi và phát tâm mạnh mẽ từ bỏ luân hồi, đạt đến giải thoát được gọi là quyết tâm cầu giải thoát. Chừng nào mà bạn chưa thấy được sự vô nghĩa của những thú vui trong luân hồi mà vẫn còn thấy có chút ý nghĩa hay hấp dẫn nào đó rồi tham luyến các thú vui ấy, thì chừng đó bạn sẽ chẳng bao giờ có thể hướng tâm đến sự giải thoát và cũng không nhận thức được mình bị trói buộc như thế nào.

Như vậy, câu thứ nhất của đoạn kệ này nói rằng, trừ phi bạn có một quyết tâm hoàn toàn hướng đến việc tự giải thoát khỏi biển luân hồi, bằng không thì mọi nỗ lực nhằm đạt được an lạc đều là vô ích. Chính sự mê đắm luân hồi do tham lam và luyến ái đã trói buộc chúng ta trong vòng sinh tử. Do đó, nếu chúng ta thực sự tìm kiếm an lạc của giải thoát thì lựa chọn đúng đắn là phát khởi quyết tâm cầu giải thoát, nhận biết các tai hại của sinh tử luân hồi và xa lìa chúng. Cuộc đời của chính đức Phật có thể giúp ta có được một tri kiến rõ ràng về ý nghĩa của quyết tâm cầu giải thoát để vận dụng vào sự tu tập của chính mình.

Ngài sinh ra là hoàng tử trong hoàng tộc giàu có, được giáo dục chu đáo, có vợ, con trai và được tận hưởng mọi thú vui trần tục có thể nghĩ đến. Tuy nhiên, không màng đến mọi sự hoan lạc đầy cám dỗ đang sẵn có, khi tình cờ nhìn thấy các trường hợp tiêu biểu của những nỗi khổ sinh, già, bệnh, chết, ngài cảm thấy bức xúc trước cảnh khổ đau của người khác. Ngài tự mình nhận ra rằng, cho dù mọi tiện nghi bên ngoài có quyến rũ đến đâu thì cũng chỉ là huyễn mộng khi ta còn mang thân xác thịt như hiện nay, vốn chỉ là sự kết hợp tạm thời của nghiệp ô nhiễm và phiền não. Thấu hiểu được điều này, ngài đã cố gắng tìm ra con đường giải thoát khỏi khổ đau và từ bỏ mọi thú vui trần tục, kể cả vợ và con trai. Với quyết tâm cầu giải thoát ngày càng mạnh mẽ như vậy, ngài không chỉ đạt được sự giải thoát mà còn thành tựu giác ngộ.

Vì thế, giáo pháp dạy chúng ta phát khởi quyết tâm cầu giải thoát. Chỉ riêng việc từ bỏ các tiện nghi đời sống và chế ngự sự tham lam, bám chấp vào chúng là chưa đủ. Chúng ta nhất thiết phải chấm dứt sự tái sinh [trong luân hồi]. Sở dĩ có sự tái sinh là do tâm tham lam và luyến ái. Chúng ta phải cắt đứt dòng tương tục này thông qua sự tu tập thiền định. Vì thế, đức Phật đã nhập thiền định rất sâu trong sáu năm trời. Cuối cùng, bằng vào sự kết hợp cả thiền định và tuệ giác, ngài đã đạt năng lực chế ngự các chướng ngại tạo ra bởi các uẩn và ngoại ma. Ngài đã loại trừ tận gốc mọi tình thức khuấy động trong tâm, và vì mọi tình thức đã được trừ sạch nên ngài cũng vượt thoát sinh tử. Bằng cách đó, ngài đã hàng phục được cả bốn loại ma chướng.¹

Là đệ tử của đức Phật, chúng ta cũng cần cố gắng nhận ra những tai hại trong sự cám dỗ của luân hồi. Sau đó, không hề tham luyến mọi cám dỗ, ta sẽ tập trung quán chiếu tri kiến vô ngã - thấu hiểu bản chất thực sự của các pháp.

Đến đây, hẳn bạn sẽ băn khoăn về việc làm sao để thực hành phát tâm cầu giải thoát, làm sao phát tâm xả ly luân hồi, và đoạn kệ tiếp theo [trong bản luận văn này dạy] như sau:

Quán chiếu rằng [đời người] có tự do và đủ duyên may là rất khó được,
Và không có thời gian để hoang phí trong đời này, hãy chế ngự sự hướng tâm theo các sắc tướng quyến rũ của kiếp sống này.
Liên tục quán chiếu các hậu quả tất yếu của nghiệp,
Và những khổ đau của luân hồi, hãy chế ngự [sự hướng tâm theo] các sắc tướng quyến rũ của mọi kiếp sống về sau.

Đoạn kệ này giảng giải phương thức chế ngự sự tham luyến, trước nhất là đối với kiếp sống này và sau đó là đối với mọi kiếp sống về sau.

Để dứt trừ sự tham luyến đối với các thú vui của đời sống này, điều quan trọng là phải suy ngẫm về

---

[1] Bốn loại ma chướng (Tứ chủng ma): được đề cập đến trong nhiều kinh điển, bao gồm: 1. Phiền não ma (các phiền não chướng ngại trong

thân người quý giá khó được và nhiều phẩm tính ta đang có được trong kiếp người. Nếu chúng ta suy nghĩ sáng tỏ về các điểm này thì ta có thể rút ra những ý nghĩa của việc được sinh làm người. Thân người là quý giá vì chúng ta có được một điều kiện, cả phẩm chất và trí tuệ, mà súc sinh hay thậm chí tất cả các loài hữu tình khác đều không có được. Chúng ta có năng lực để đạt được lợi ích lớn lao hay sự hủy diệt. Nếu chúng ta hoang phí thời gian và tiềm năng quý báu của kiếp người vào các hoạt động ngu ngốc và vô nghĩa thì đó sẽ là một sự mất mát rất lớn.

Do đó, điều quan trọng là chúng ta nhận biết được năng lực, những phẩm chất và trí thông minh siêu việt của mình, những điều mà các loài chúng sinh hữu tình khác không có được. Nếu chúng ta nhận diện được những điều này thì ta mới có thể trân trọng và sử dụng chúng. Khả năng của bộ não và trí thông minh con người quả là kỳ diệu. Chúng ta có thể dự tính trước [sự việc] và có thể đắm sâu vào các tư tưởng sâu xa, trong khi các loài chúng sinh khác không thể làm được. Bởi vì chúng ta có bộ óc và trí thông minh mạnh mẽ như vậy, điều rất quan trọng là trước tiên ta phải nhận biết được sức mạnh và tính chất của năng lực tri giác này. Kế đến, ta phải vận dụng năng lực này theo hướng đúng đắn để nó có thể đóng góp đáng kể vào sự an bình và hòa hợp cho cả thế giới và cho tất cả chúng sinh.

Hãy lấy [vấn đề] năng lượng hạt nhân làm ví dụ.

Hạt nhân chứa năng lượng rất lớn, nhưng nếu chúng ta sử dụng loại năng lượng này một cách sai lầm hay bảo quản không tốt thì nó có thể có tính hủy diệt rất lớn. Ngày nay, chúng ta có tên lửa hạt nhân và các loại vũ khí khác mà chỉ nghe tên thôi cũng đủ khiến ta phải sợ hãi, bởi chúng có tính hủy diệt cao. Chúng có thể gây ra sự tàn phá lớn lao chỉ trong nháy mắt. Ngược lại, nếu ta sử dụng năng lượng hạt nhân vào mục đích xây dựng thì nó có thể phục vụ rất nhiều cho nhân loại và chúng sinh nói chung.

Tương tự, vì con người có năng lực và sức mạnh như đã nói trên nên điều rất quan trọng là người ta phải sử dụng nó vì lợi lạc của tất cả chúng sinh. Tài năng của con người nếu được sử dụng đúng đắn có thể là một nguồn lợi lạc và hạnh phúc lớn lao, nhưng nếu sử dụng sai lầm thì có thể mang đến sự hủy diệt và bất hạnh vô cùng.

Xét từ phương diện thông minh nhạy bén này mà chúng ta phải suy ngẫm về ý nghĩa của kiếp người quý giá. Tuy nhiên, điều quan trọng không kém là phải hiểu rằng một kiếp người có tự do và đủ duyên may không chỉ đầy ý nghĩa và khó được mà còn là hết sức ngắn ngủi.

Hai câu kệ kế tiếp dạy rằng, nếu chúng ta liên tục quán xét về mối liên hệ không thể sai chạy giữa nghiệp nhân - tức là mọi hành vi của chúng ta- với những khổ đau của luân hồi, thì chúng ta có thể dứt trừ sự tham luyến đối với kiếp sau. Hiện nay chúng ta bị cuốn hút vào nhiều mức độ hoạt động để có cơm ăn, áo mặc và danh thơm tiếng tốt. Thêm vào đó, những trải nghiệm về sau trong đời ta phụ thuộc vào các hành vi ta đã thực hiện trong những năm trước đó. Điều này thực sự chính là ý nghĩa [tương quan giữa] nghiệp và kết quả.

Mặc dù đây không phải là cách hiểu tinh tế nhất, nhưng khi chúng ta nói về nghiệp và kết quả thì nghiệp bao gồm bất kỳ điều gì chúng ta làm để có được bất kỳ dạng hạnh phúc hay vui thú nào đó. Nghiệp quả là những hệ quả ta đạt được theo cách đó. Như vậy, khi còn trẻ chúng ta tham gia những hoạt động nào đó mà ta nghĩ rằng sẽ mang đến cho ta một dạng hạnh phúc hay thành đạt trong tương lai. Tương tự, trong đời này chúng ta thực hiện một số hành vi để có thể có được kết quả tốt trong đời sau.

Nói cách khác, những trải nghiệm về sau trong đời này của ta phụ thuộc vào các hành vi mà ta đã thực hiện trước đó, và những trải nghiệm trong các đời sau của ta, dù sướng hay khổ, đều phụ thuộc vào các hành vi mà ta đã thực hiện trong những kiếp sống trước đó.

Những hành vi này được thực hiện bằng thân, khẩu hay ý và do đó được gọi là thân nghiệp, khẩu nghiệp và ý nghiệp. Xét về phương diện kết quả chúng tạo ra thì các nghiệp có thể được phân thành thiện nghiệp, ác nghiệp và vô ký nghiệp. Thiện nghiệp đem lại kết quả sung sướng, ác nghiệp đem lại kết quả khổ đau và vô ký nghiệp mang lại cảm xúc không xao động. Lại có những hành vi chắc chắn sẽ mang lại nghiệp quả và những hành vi không [chắc chắn mang lại nghiệp quả]. Chẳng hạn, khi một hành vi được thực hiện, trước tiên phải có động cơ thúc đẩy, có sự tác ý, rồi hành vi thực sự diễn ra và cuối cùng đi đến sự kết thúc.

Khi ý định, hành vi và sự kết thúc đều rất mạnh mẽ thì chắc chắn là hành vi đó sẽ mang lại nghiệp quả, dù là tốt hay xấu. Mặc khác, nếu sự tác ý rất mạnh mẽ nhưng không được thực hiện, hoặc [được thực hiện nhưng rồi] vào lúc kết thúc hành vi thay vì nghĩ rằng đó là một sự thành công, bạn lại hối tiếc về việc đã làm, thì hành vi cụ thể đó có thể sẽ không tạo nghiệp ngay lúc đó. Nếu cả ba khía cạnh tác ý, thực hiện và kết thúc đều không hiện diện thì hành vi đó được xem là chưa xác định.

Nếu xét theo sự thọ nhận quả báo thì có [thể phân chia thành] ba loại nghiệp: nghiệp dẫn đến quả báo ngay trong đời này (hiện báo), nghiệp dẫn đến quả báo trong đời kế tiếp (sinh báo) và nghiệp dẫn đến quả báo trong hai hoặc nhiều đời về sau (hậu báo).

Lại có hai mức độ của nghiệp được phân biệt như là *dẫn nghiệp* và *mãn nghiệp*.[1] *Dẫn nghiệp* là nghiệp lực dẫn dắt chúng ta tái sinh làm người, làm

---

[1] Dẫn nghiệp còn gọi là khiên dẫn nghiệp hay tổng báo nghiệp, chỉ các nghiệp nào chi phối, dẫn dắt một chúng sinh tái sinh vào một đời sống nhất định nào đó. Mãn nghiệp còn gọi là viên mãn nghiệp hay biệt báo nghiệp, chỉ các nghiệp chi phối đời sống của mỗi chúng sinh

súc sinh hay một loài chúng sinh nào khác. *Mãn nghiệp* là những nghiệp tạo thành phẩm chất của bất kỳ đời sống nào mà chúng ta đã tái sinh vào. Chẳng hạn, cho dù được làm người nhưng bạn có thể luôn phải chịu cảnh nghèo khó; [hoặc] ngay từ lúc chào đời các giác quan của bạn có thể bị khiếm khuyết hay tay chân tàn tật. Ngược lại, bạn cũng có thể có làn da đẹp rạng ngời và một sức khỏe tự nhiên. Ngay cả khi tái sinh làm súc sinh, bạn cũng có thể được sống trong một căn nhà tiện nghi thoải mái, như làm một con chó cưng chẳng hạn... Những phẩm chất tốt đẹp hay khuyết tật mà bạn nhận lãnh ngay từ khi mới sinh ra như thế, vốn đi kèm với sự hình thành của một kiếp sống cụ thể nào đó, chính là kết quả của *mãn nghiệp*.

Như vậy, các nghiệp có thể được gọi là *dẫn nghiệp* hay *mãn nghiệp* tùy theo chức năng của chúng. Rất có thể xảy ra những trường hợp mà *dẫn nghiệp* là tốt đẹp nhưng *mãn nghiệp* là xấu ác; hoặc cho dù *dẫn nghiệp* là xấu ác, nhưng *mãn nghiệp* có thể là hiền thiện.

Cho dù một hành vi cụ thể nào đó là tích cực - như đặt niềm tin vào đức Phật, hay tiêu cực - như sự tham luyến, nếu xét theo ý nghĩa tự thân hành vi ấy là đơn thuần thì nó có thể được xem như thuần thiện hoặc hoàn toàn bất thiện.[1] Nếu việc chuẩn bị

---

[1] Nguyên tác dùng white (trắng) và black (đen) để chỉ các nghiệp thiện và bất thiện. Đây là cách dùng trong nhiều kinh điển Pali, được dùng theo khái niệm sẵn có từ trước thời đức Phật. Hầu hết các kinh điển

[hay tác ý] cùng với sự thực hiện và kết thúc một hành vi cụ thể nào đó là thuần thiện thì nghiệp [của hành vi] đó có thể được xem là *thiện nghiệp*. Nhưng nếu nghiệp được tạo ra bởi một tác ý, sự thực hiện và sự kết thúc đều không thanh tịnh thì đó có thể xem là nghiệp hoàn toàn bất thiện. Nếu nghiệp được tạo ra bởi một tác ý lẫn lộn, sự thực hiện hành vi là thanh tịnh nhưng kết thúc không thanh tịnh, hay nói cách khác, đó là sự lẫn lộn các phẩm chất hiền thiện lẫn bất thiện thì đó có thể gọi là một nghiệp hỗn hợp.

Chính "cái tôi", hay cá nhân, là đối tượng tích lũy nghiệp và nhận lãnh quả báo. Mặc dù những mức độ khác nhau của nghiệp như vừa nói trên là sản phẩm tâm ý của những chúng sinh cụ thể, các nghiệp đó không hề được tạo ra bởi một đấng sáng tạo của thế giới. Đúng là có một đối tượng nào đó tạo ra nghiệp, bởi vì khi chúng ta nói về hành vi thì theo quán tính [ngôn ngữ] tự nó đã hàm ý rõ ràng rằng có một người hành động hay tác nhân thực hiện hành vi đó mà không phải là một tác nhân từ bên ngoài.

Một hành vi dẫn đến một kết quả theo cách như thế nào? Lấy ví dụ như khi tôi búng móng tay. Ngay lập tức khi tôi dừng, hành vi này kết thúc, để lại một kết quả. Nếu bạn hỏi kết quả đó là gì, thì đó chỉ là sự tan biến của hành vi, và sự tan biến của một hành vi sẽ tiếp diễn không ngừng.

Như vậy, khi chúng ta nói về kết quả của một

hành vi cụ thể nào thì đó chỉ là sự tan biến, hoặc một phần của sự tan biến, hay sự chấm dứt của hành vi cụ thể đó.

Nói rõ hơn, đây là một kiểu hệ quả để lại do sự tan biến của hành vi đó và chính nó làm khởi lên nhiều pháp hữu vi khác.

Nếu bạn thắc mắc rằng hệ quả của sự tan biến hay kết thúc hành vi cụ thể đó để lại dấu vết nơi đâu, thì câu trả lời là ở trên dòng tương tục của tâm thức hiện hữu ngay vào lúc kết thúc hành vi đó. Có những lúc ý thức nhạy bén và tỉnh táo, cũng có những lúc ý thức đi vào dạng tiềm ẩn, như khi chúng ta ngủ say hoặc bất tỉnh chẳng hạn. Do đó, ý thức không phải là nơi đáng tin cậy để lưu giữ một hệ quả như vậy. Đôi khi ý thức rất vi tế và đôi khi lại rất thô lậu, cho nên ý thức chỉ là một nơi tạm thời ghi nhận các dấu vết [hay các hệ quả vừa nói] đó.

Vì vậy, nếu chúng ta tìm kiếm một sự giải thích rốt ráo thì đó chính là "cái tôi" đơn thuần hay cá nhân mang dấu ấn hệ quả [hay chủng tử] của một hành vi cụ thể. Sự giải thích này căn cứ trên lý giải rốt ráo của một tông phái Phật giáo cao nhất là phái Trung quán Cụ duyên.

Tôi dùng cụm từ "cái tôi đơn thuần" để làm sáng tỏ rằng "cái tôi" hay cá nhân đó chỉ tồn tại qua tên gọi chứ không tồn tại trên cơ sở tự tính. Cái tôi đó chỉ được gán đặt tên gọi chứ tự nó không [thực sự] tồn tại. "Cái tôi" đó không phải là sự vật có thể dùng ngón tay để chỉ [ra cho người khác thấy]. Chữ "đơn thuần" hàm nghĩa rằng "cái tôi" đó hoàn toàn chỉ được xác định bởi tên gọi và ý tưởng, không hề có một "cái tôi" có khả năng tự tồn tại hay độc lập.

Việc phủ định một "cái tôi" tồn tại trên cơ sở tự tính hay có khả năng tự tồn tại không có nghĩa là "cái tôi" không hề tồn tại, nhưng có nghĩa là nó chỉ tồn tại qua tên gọi mà thôi. "Cái tôi đơn thuần", hay cá nhân này trở thành cơ sở lưu giữ dấu ấn hay hệ quả của một hành vi. Thông thường, "cái tôi" được dùng để chỉ cho tập hợp các uẩn vật lý và tâm thần.

Khi chúng ta nói về thân thể vật chất và tâm thức - vốn là cơ sở để gán đặt tên gọi cái tôi - với sự liên hệ đến [trường hợp của] một con người thì về cơ bản chính tâm thức là cơ sở để gán đặt tên gọi "cái tôi". Tâm thức có nhiều mức độ, có những mức độ thô lậu và có những mức độ vi tế. Thân thể vật chất của con người cũng có thể được phân chia thành nhiều phần như mắt, tai v.v... Những phần vật thể này lại là cơ sở cho sự gán đặt tên gọi của thức. Ví dụ như, *nhãn thức* được đặt tên theo mắt, *nhĩ thức* được đặt tên theo tai... Nhưng nếu bạn cố tìm ra cơ sở vi tế nhất cho sự gán đặt tên gọi của tâm thức thì có vẻ như các dây thần kinh và những đường truyền dẫn trong não bộ thực sự là cơ sở để gán đặt tên gọi của ý thức. Rồi người ta cũng nói đến cơ sở [để gọi tên] các năng lực thụ cảm và chúng được cho là rất vi tế. Người ta không rõ là liệu các cơ sở của năng lực thụ cảm như thế có nằm trong não bộ hay một nơi nào khác hay chăng? Đây sẽ là một đề tài nghiên cứu lý thú.

Hãy lấy một ví dụ, để hình thành nhãn thức thì cần có nhiều nhân duyên. Điều kiện chủ yếu là năng lực thụ cảm của mắt không bị khuyết tật. Điều kiện khách quan là phải có một hình sắc cụ thể trong tầm nhìn của mắt. Tuy nhiên, dù có những điều kiện này cũng chưa chắc là nhãn thức sẽ sinh khởi. Điều này chỉ ra rằng, bên cạnh những điều kiện khách quan bên ngoài và điều kiện chủ yếu bên trong, còn cần đến một điều kiện thứ ba, điều kiện dẫn khởi tức thời, đó chính là một thức. Do đó, cần phải có đủ cả ba điều kiện [như trên] để nhãn thức sinh khởi.

Hãy lấy một ví dụ để làm sáng tỏ điểm này. Đôi khi có những người bệnh sau một thời gian dài trở nên yếu ớt đến nỗi mất hẳn nhịp tim và mọi chức năng cơ thể đều ngưng hoạt động. Họ rơi vào tình trạng hôn mê sâu đến nỗi không một hoạt động cơ thể hay chức năng nào được nhận ra, và về mặt lâm sàng bác sĩ tuyên bố là họ đã chết. Tuy nhiên, có khi sau đó vài phút, thậm chí nhiều giờ, mặc dù rõ ràng là không có các hoạt động cơ thể, người bệnh đó [bỗng nhiên] bắt đầu thở lại, tim bắt đầu đập và các chức năng vật lý được phục hồi. Sự hồi sinh này, bất chấp sự ngưng hoạt động trước đó của mọi chức năng vật lý, cho thấy sự hiện diện tất yếu của một điều kiện tinh thần đã dẫn khởi tức thì ngay trước sự hồi sinh đó. Khi điều kiện dẫn khởi tức thì này, tức là ý thức, xuất hiện thì người đó có thể sống lại. Tương tự, trong trường hợp một thức của giác quan, sự hiện diện đơn thuần của điều kiện chủ yếu và điều kiện khách quan là không đủ để làm sinh khởi một thức cụ thể.

Theo quan điểm Phật giáo, khi chúng ta nói về các mức độ tâm thức khác nhau được gán đặt tên gọi theo các phần cơ thể của một người cụ thể thì đó là ta đang chỉ đến các mức độ tâm thức thô lậu. Các thức này được gọi là thức của một người vì chúng phụ thuộc vào các phần cụ thể trên cơ thể người ấy. Bởi vậy, khi người ta chết thì các mức độ tâm thức thô lậu phụ thuộc vào thân thể vật chất cũng dường như biến mất, nhưng thật lý thú khi ghi nhận rằng sự khởi lên của chúng (các mức độ thô lậu của thức) như là các thực thể của tâm thức không hoàn toàn dựa vào sự hiện hữu của thân thể vật chất. Chúng được tạo ra như những thực thể của sự sáng suốt và nhận biết, chẳng hạn như nhãn thức, nhĩ thức v.v... phụ thuộc vào các điều kiện khác hơn là thân thể.

Có một nguyên nhân nền tảng làm sinh khởi các thức này như những thực thể của sự sáng suốt và nhận biết, và tương ứng với các điều kiện khác nhau mà nó hiện hành các thức nhận biết hình sắc, âm thanh v.v... Điều này chứng tỏ có một thức không phụ thuộc vào thân thể vật chất thô trược hơn, nhưng khi gặp các điều kiện thô trược hơn thì nó trình hiện dưới hình thái [các] thức thô trược hơn [như nhãn thức, nhĩ thức...]

Ý thức có bản chất vi tế hơn nhiều, và khi bạn khảo sát bản chất vi tế hơn đó thì nguyên nhân thực sự chủ yếu của thức ấy chỉ có thể là một dòng tương tục của một thức khác vừa dẫn khởi trước đó, bất chấp việc có sự hiện hữu của một thân thể vật chất hay không.

Do đó, rõ ràng là có một kiểu tâm thức tự nhiên nội tại, vốn hoàn toàn thanh tịnh và sáng suốt. Khi trạng thái thanh tịnh này của tâm thức tiếp xúc với các mức độ khác nhau của thân thể vật chất, thức cũng tự nó biểu lộ các mức độ thô trược khác nhau, tùy thuộc vào [loại] thân thể vật chất mà nó hiện hành. Nhưng khi bạn khảo sát bản chất thật sự của tâm thức thì sẽ thấy nó có một sự hiện hữu không phụ thuộc vào các mức độ thô trược hơn của thân thể vật chất.

Trạng thái tâm thức thanh tịnh tự nhiên ấy, vốn hiện hữu không phụ thuộc vào thân thể vật chất, được gọi là ánh tịnh quang nguyên sơ hay thức nguyên sơ, là một thức luôn luôn hiện hữu. So với thức nguyên sơ này thì các thức thô trược hơn là bất định, vì chúng không thường xuyên hiện hữu. Thức tịnh quang nội tại nguyên sơ này là cơ sở thực sự để gán đặt tên gọi cho một chúng sinh hữu tình hay một cá nhân. Do đó, bất kỳ chủ thể nào có loại tâm thức này, tức là trạng thái thanh tịnh của tâm, đều được gọi là một chúng sinh hữu tình, và đây là tiêu chí chính để phân biệt chúng sinh hữu tình với các sinh thể hay các pháp khác. Rõ ràng là [ý niệm về] một cá nhân hay "cái tôi" được gán ghép cho toàn bộ hợp thể của thân và tâm thức, nhưng chính ánh tịnh quang nội tại nguyên sơ này mới là cơ sở duy nhất của sự gán đặt tên gọi cho một cá nhân chứ không phải thân thể vật chất. Các loài thực vật cũng có dạng thân thể vật chất, nhưng do không có loại tâm thức vi tế nội tại này nên không được xem là những cá nhân. Bất kỳ chủ thể nào có một dòng tâm thức tương tục, có cảm thọ, nhận thức v.v... đều được xem là một cá nhân, bất kể hình dạng, sắc tướng hay vẻ ngoài. Do đó, các kinh luận khác nhau đều giảng giải rằng "cái tôi" hay cá nhân đã được gán ghép cho dòng chảy tương tục của tâm thức.

Mặc dù các thức cụ thể khác biệt nhau tùy theo từng trường hợp và các mức độ thô trược hơn của thức phụ thuộc vào những thân thể vật chất khác nhau, nhưng mức độ vi tế nhất của thức - thực thể đơn thuần của sự sáng suốt và nhận biết hay thức tịnh quang nội tại nguyên sơ - lại không phụ thuộc vào thân thể vật chất.

Bản chất của tâm thức không có điểm khởi đầu. Nếu bạn cố truy tìm nguồn gốc ban đầu của tâm thức, bạn sẽ có thể đi ngược dòng thời gian ngày càng xa hơn, nhưng sẽ không thể đến được thời điểm có thể nói là khi tâm thức bắt đầu hiện hữu. Do đó, việc tâm thức hiện hữu từ vô thủy là một loại quy luật tự nhiên.

Cũng có một cách lý giải thực tế hơn, vì nếu bạn chấp nhận có một điểm khởi đầu của tâm thức thì bạn buộc phải khẳng định là có một chủ thể tạo ra tâm thức, hoặc phải nói rằng tâm thức sinh khởi không có nguyên nhân. [Cả hai] điều này [đều] là phi lý, vì thế mà tâm thức đã được giải thích như là không có điểm khởi đầu.

Nếu bạn hỏi vì sao [tâm thức] không có điểm khởi đầu, ta chỉ có thể nói rằng đây là một quy luật tự nhiên. Nếu chúng ta quan sát thật kỹ thì có quá nhiều sự vật trong thế giới này có dòng tương tục khởi đầu từ vô thủy. Nhưng nếu bạn hỏi đâu là nguồn gốc thực sự tối sơ của chúng, thì bạn sẽ không thể tìm ra câu trả lời. Điều này chỉ đơn giản là bản chất của chúng. Nếu bạn hỏi vì sao các sắc tướng xuất hiện dưới thực thể của sắc thì đơn giản chỉ là do bản chất của chúng. Nếu chúng ta nói rằng "điều này hình thành không có nguyên nhân" hay từ những nguyên nhân không liên quan, thì tại sao giờ đây nó không thể hình thành không có nguyên nhân trong khi trước đây nó đã có thể hình thành không có nguyên nhân?

Do đó, theo quan điểm Phật giáo, nếu bạn hỏi rằng tâm thức có điểm khởi đầu hay không thì câu trả lời là dòng tương tục của tâm thức không có điểm khởi đầu, nguồn gốc của "cái tôi" hay cá nhân là không có điểm khởi đầu và sự sinh ra cũng không có điểm khởi đầu. Và nếu bạn hỏi rằng những điều này có điểm kết thúc hay không thì câu trả lời cũng là không, nếu bạn đang nghĩ đến một dòng tương tục đơn thuần của tâm thức hay dòng tương tục đơn thuần của một cá nhân. Nhưng có sự kết thúc đối với trạng thái cấu nhiễm của tâm thức hay trạng thái cấu nhiễm của một cá nhân; và cũng có một giới hạn đối với sự sinh ra, bởi vì thông thường khi ta nói về sự sinh ra là ta đang đề cập đến một điều gì đó vốn được tạo ra thông qua nghiệp ô nhiễm và phiền não.

Như vậy, do tính chất không có sự khởi đầu của sự sinh ra, nên những hành vi được thực hiện từ trước có mối quan hệ đến các kinh nghiệm khổ đau và vui thích về sau. Các hành vi lừa dối hay hiền thiện khác nhau mà một cá nhân tích lũy trong nhiều kiếp sống có liên quan đến nghiệp báo trong nhiều kiếp sống khác nhau. Chẳng hạn, nếu bạn thực hiện một số hành vi hiền thiện hay xấu ác trong đời này thì bạn sẽ phải nhận lãnh kết quả của những hành vi ấy [trong những kiếp sống] về sau. Tương tự, bạn có thể đã thực hiện một số hành vi hiền thiện hay xấu ác trong một kiếp trước, và bạn phải nhận lãnh kết quả của những hành vi đó ngay trong kiếp sống ấy hoặc trong kiếp sống hiện nay. Nếu bạn chưa từng tích lũy những nghiệp như thế thì bạn sẽ không bao giờ phải nhận lãnh kết quả của chúng. Ngược lại, nếu bạn đã tạo một nghiệp cụ thể thì nói chung là bạn sẽ không bao giờ né tránh được nghiệp quả của nó: sớm muộn gì nghiệp quả cũng sẽ xuất hiện.

Tương tự, nếu tạo thiện nghiệp thì chắc chắn sẽ hưởng nghiệp quả tốt lành. Những nghiệp loại này được gọi là nghiệp xác định (*định nghiệp*). Nhưng cũng có những nghiệp mà kết quả của chúng không được xác định rõ do thiếu các điều kiện hay tình huống thích hợp. Hơn thế nữa, còn có những nghiệp tưởng chừng như không mấy quan trọng nhưng kết quả lại được nhân lên bội phần nhanh chóng tùy thuộc vào các tình thế, hoàn cảnh và điều kiện.

Như vậy, có nhiều loại nghiệp: nghiệp xác định (*định nghiệp*), nghiệp không xác định (*bất định nghiệp*), nghiệp nhân bội; cũng như sự thật là [nếu] không tạo nghiệp thì không phải chịu quả báo và nghiệp đã tạo thì không thể tiêu mất.

Thông thường, tất cả các hành động thường nhật của chúng ta phát xuất từ một sự ước ao hay tham muốn nào đó. Chẳng hạn, nếu bạn muốn đi đến một nơi nào đó thì bạn thật sự chuẩn bị và ra đi; nếu bạn muốn ăn thì bạn tìm kiếm món gì đó và ăn...

Ước muốn có thể được phân thành hai nhóm: nhóm tiêu cực và nhóm hợp lý, sáng tạo. Ví dụ, ước muốn được giải thoát khỏi luân hồi là một một dự định hợp lý, do đó là một ước muốn lành mạnh và hợp lý. Ngược lại, sự khởi tâm tham luyến một đối tượng cụ thể nào đó, như bạn mong muốn có được hay thành tựu một điều gì đó, là một tham muốn bất tịnh và thường khởi sinh từ một nhận thức sai lầm thấy các pháp như là tồn tại một cách độc lập hay sẵn có tự tính tự tồn. Hầu hết những việc chúng ta làm trong luân hồi và những tham muốn mà chúng ta sinh khởi đều là kết quả của kiểu lập luận không hợp lý này.

Sự huân tập tâm thức với những phẩm hạnh tốt đẹp và nỗ lực đạt đến các mục tiêu như sự giải thoát là những ước muốn hợp lý. Dù vậy, trong một số trường hợp cụ thể ước muốn đạt giải thoát của một cá nhân có thể là dựa trên quan niệm chấp hữu. Nhưng mọi ước muốn cho sự hoàn thiện thế gian này đều là dựa trên nền tảng vô minh của quan niệm chấp hữu. Xét từ góc độ này thì tốt hơn là phân loại các ước muốn dựa theo hai phương cách [khởi sinh chúng], một là [những ước muốn] dựa trên luận giải đúng đắn và hai là [những ước muốn] dựa trên luận giải sai lầm.

Những ước muốn dựa trên quan niệm chấp hữu dẫn đến kết quả là luân hồi. Nhưng vẫn có một loại ước muốn khác, dựa trên sự luận giải đúng đắn, không dẫn đến luân hồi mà là sự khao khát đạt các phẩm hạnh và thành tựu tối thượng của Phật, Pháp, Tăng và Niết-bàn, trạng thái vượt thoát khổ não. Quả đúng là có sự ước ao và khao khát đạt được những điều đó.

Nếu chúng ta không phân chia ước muốn thành hai nhóm như nói trên thì chúng ta có thể nghĩ rằng ước muốn được giải thoát là không chính đáng, rằng ước muốn thực hành giáo pháp là không chính đáng và thậm chí ước muốn được hạnh phúc cũng là không chính đáng. Dĩ nhiên là có nhiều cách khác nhau để ước muốn hạnh phúc cho riêng mình, nhưng rõ ràng là khi ta còn có sự tham luyến và chấp ngã thì nghiệp báo luân hồi vẫn sẽ tiếp tục được tạo ra.

Nói chung, một khi đã tạo nghiệp thì buộc phải nhận lãnh quả báo. Vì thế, cho dù hiện nay chúng ta có thể đang tận hưởng các thú vui trong luân hồi và những khổ não cùng cực vẫn chưa xuất hiện, nhưng vì chúng ta vẫn chưa được giải thoát khỏi những xiềng xích của nghiệp lực và cám dỗ [của luân hồi] nên không hề có sự an ổn và không có gì đảm bảo cho hạnh phúc lâu bền. Đây chính là bối cảnh xuất phát của đoạn kệ sau:

Nếu thường suy ngẫm về luật nhân quả vốn không sai chạy,
Và những khổ đau trong cõi luân hồi,
Sẽ có thể dứt trừ sự tham luyến đối với kiếp sống tiếp theo.

Bằng cách thấu hiểu luật nhân quả không bao giờ sai chạy, bạn sẽ thấy rằng trừ phi bạn tịnh hóa hoàn toàn mọi hành vi của mình, bằng không thì bất kỳ niềm vui hay lạc thú nào bạn có được trong cõi luân hồi đều không đáng tin cậy. Sau khi hiểu được điều này, bạn sẽ không còn nhầm lẫn đối với những thú vui trong luân hồi và sẽ có thể dứt bỏ sự tham luyến đối với kiếp sống tiếp theo sau.

Với kiếp người trong luân hồi, chúng ta tự nhiên phải đối mặt với bốn loại khổ não là sinh, già, bệnh, chết. Từ khi sinh ra ta đã đối diện với những khổ đau, đời sống của ta bắt đầu với khổ đau. Cũng cùng lúc ấy, quá trình lão hóa đã bắt đầu và ta cũng bắt đầu chịu đựng bệnh tật ở nhiều mức độ khác nhau. Ngay cả khi đang khỏe mạnh, chúng ta vẫn phải chịu đựng nhiều rối rắm, lộn xộn. Cuối cùng, câu chuyện đời ta luôn khép lại với nỗi khổ đau của cái chết.

Khi nói về một ai đó đang ở trong luân hồi, ta hàm ý chỉ đến một chúng sinh hữu tình đang buông xuôi theo sự chi phối của các nghiệp ô nhiễm và phiền não. Vì chúng ta bị chế ngự bởi các nghiệp ô nhiễm và phiền não nên ta phải chịu tái sinh liên tục trong một vòng luân chuyển, do đó mà gọi là luân hồi.

Giữa nghiệp ô nhiễm và phiền não thì chính phiền não là tác nhân chủ yếu đẩy ta vào luân hồi. Khi không còn phiền não thì chúng ta đạt đến giải thoát.

Phiền não là những trạng thái tâm thức khi sinh khởi trong dòng tâm thức tương tục sẽ để lại [những chủng tử của] sự bất an, mê mờ và đau khổ. Do đó, những trạng thái tâm thức nào làm cho ta mê mờ hoặc đau khổ được gọi là phiền não hay những cảm xúc gây đau khổ. Đó là những tính chất xấu khi sinh khởi trong tâm sẽ làm ta đau khổ. Chính những rối loạn nội tâm này đã thực sự gây khổ đau cho ta chứ không phải những điều kiện bên ngoài.

Khi trong tâm ta vẫn còn tồn tại các tác nhân xấu này thì không thể có hạnh phúc. Vì thế, nếu ta thực sự muốn chuyển hóa tự thân để đạt được nhiều hạnh phúc nhất thì ta nhất thiết phải nhận diện được những trạng thái tâm thức mê mờ này và trừ bỏ chúng. Sự giác ngộ, trạng thái hạnh phúc tối thượng, không thể đạt đến bởi bất kì phương tiện nào khác hơn là sự chuyển hóa tự tâm.

Thông thường, chúng ta nghĩ về các phiền não như sự tham luyến hay sân hận như là những phẩm tính làm cho cuộc đời có ý nghĩa và nhiều sắc thái hơn. Chúng ta nghĩ rằng nếu không có sự tham luyến hay sân hận thì toàn bộ xã hội hay cộng đồng sẽ trở thành nhạt nhẽo và không sinh động. Nhưng nếu bạn suy nghĩ kỹ về điều đó rồi cân nhắc giữa những phẩm tính và bất lợi của các phiền não như tham luyến và sân hận, bạn sẽ thấy rằng trước mắt chúng có thể đem đến cho bạn đôi chút êm dịu và tô điểm cuộc đời bạn, nhưng nếu suy ngẫm kỹ hơn thì bạn sẽ thấy rằng càng ít phiền não ta sẽ càng phát triển được nhiều hơn sự bình thản và sức mạnh trong nội tâm cũng như niềm hạnh phúc vững bền hơn, cho dù cuộc sống có thể là ít sắc thái hơn. Nhờ đó, tâm chúng ta sẽ an lạc, sức khỏe được cải thiện và ta sẽ có thể thực hành các thiện hạnh một cách tốt đẹp.

Dĩ nhiên là bạn có thể cảm thấy cuộc sống của bạn kém sắc màu hơn, không hấp dẫn và vô nghĩa. Nhưng nếu bạn suy nghĩ kỹ và nhắm đến lợi ích dài lâu của chính bản thân mình cũng như các chúng sinh khác thì bạn sẽ nhận ra rằng càng kiểm soát được phiền não thì tâm bạn càng an lạc và sức khỏe càng tốt hơn. Để có thân thể khỏe mạnh, nhiều người đã luyện tập các bài tập yoga khác nhau. Dĩ nhiên là điều này rất tốt, nhưng nếu họ cũng luyện tập một môn yoga tinh thần nào đó thì càng tốt hơn.

Tóm lại, một khi tâm thức còn bị nhiễu loạn và không lành mạnh thì bạn sẽ còn phải tiếp tục đối mặt với bất ổn và khổ đau. Và khi tâm bạn được kiểm thúc, có giới hạnh và không còn phiền não thì bạn càng có thêm nội lực, an tĩnh, bình an và vững chãi, nhờ đó bạn sẽ có khả năng sáng tạo hơn. Từ kinh nghiệm của chính bản thân ta là khi tâm càng bị khuấy động bởi các phiền não thì ta càng đau khổ, chúng ta có thể suy ra rằng khi tâm hoàn toàn trong sáng thì kinh nghiệm hỷ lạc sẽ được duy trì.

Cho đến đây, chúng ta đã thảo luận về các sai lầm [tai hại], khổ đau và phiền não trong luân hồi. Một mặt, chúng ta cần nghĩ đến các sai lầm [tai hại] và khổ não trong luân hồi và khởi tâm chán bỏ chúng; mặt khác, chúng ta cần phải xác quyết khả năng đạt đến Niết-bàn, sự chấm dứt khổ đau - tức là sự trừ bỏ hoàn toàn mọi phiền não. Nếu bạn hỏi rằng thực sự có phương pháp nào giúp chúng ta đạt giải thoát hay không? Hay có phương pháp nào giúp chúng ta loại bỏ hoàn toàn khổ đau và phiền não hay không? Hẳn sẽ rất đáng nêu lên câu hỏi rằng Niết-bàn hay sự giải thoát có thực sự tồn tại hay không.

Giải thoát hay tịch diệt là bản chất của tâm khi đoạn trừ hoàn toàn mọi cấu nhiễm bằng các phương pháp đối trị. Khi bạn suy ngẫm về những khổ đau trong luân hồi và thấy chán bỏ chúng, bạn tìm kiếm Niết-bàn [hay] giải thoát như một sự thay thế. Giả sử tâm chúng ta bị ô nhiễm và mê muội. Khi các cấu nhiễm của thời điểm trước đây trong dòng tương tục của tâm thức cá biệt này được xóa bỏ hoàn toàn thì chính bản chất của tâm thức thanh tịnh đó là sự giải thoát, Niết-bàn hay chân tịch diệt. Nói cách khác, giáo pháp dạy rằng vòng luân hồi mà chúng ta hiện đang trải nghiệm không phải là vĩnh cửu, bởi vì nó sinh khởi do các nhân duyên và [chúng ta] có thể chống lại.

Nếu bạn hỏi nguyên nhân của luân hồi là gì thì đó chính là vô minh, quan niệm chấp hữu. Và cách đối trị vô minh là gì? Đó chính là trí tuệ nhận biết được tánh Không hay trí tuệ nhận biết thật tánh của các pháp. Ở đây, hai tính chất vô minh - vốn là nguyên nhân của luân hồi - và trí tuệ nhận biết tánh Không - vốn là phương pháp đối trị vô minh - không thể đồng thời tồn tại trong dòng [tâm thức] tương tục của một con người, bởi vì chúng loại trừ lẫn nhau. Mặc dù cả hai cùng hướng đến một đối tượng nhưng cách nhận thức của chúng là hoàn toàn đối nghịch nhau. Do đó, chúng không thể cùng tồn tại trong dòng tâm thức của một người với cùng cường độ. Khi cái này mạnh lên thì cái kia yếu đi.

Nếu khảo sát thật kỹ hai tính chất này, bạn sẽ thấy là vô minh không có sự hậu thuẫn hay nền tảng hợp lý, nhưng trí tuệ nhận biết tánh Không lại có. Bất kỳ tính chất nào dựa trên nền tảng hợp lý đều có thể được củng cố và phát triển không giới hạn. Ngược lại, vì quan niệm chấp hữu không dựa trên nền tảng hợp lý nên khi đối diện với trí tuệ nhận biết tánh Không - là một tâm thức hợp lý dựa trên suy luận đúng đắn - thì nó suy yếu đến mức cuối cùng có thể bị xóa bỏ hoàn toàn. Như vậy, cuối cùng thì trí tuệ nhận biết bản chất [thật sự] của các pháp sẽ có thể nhổ bật cội gốc vô minh, nguyên nhân của luân hồi.

Nếu ta khảo sát [những vấn đề như] sự tham luyến và sân hận sinh khởi trong tâm như thế nào khi tâm ta vắng lặng và trong sáng, chúng ta thèm khát đối tượng ra sao, đối tượng hiện ra trước ta như thế nào và ta phát khởi ý niệm rằng nó thực sự tồn tại ra sao, thì [qua đó] chúng ta có thể thấy những phiền não [tham luyến và sân hận] này sinh khởi trong ta như thế nào. Tuy rằng chúng ta có thể chưa đạt tới mức thấu hiểu trực tiếp, nhưng ta có thể đưa ra một số suy định đúng đắn.

Tham luyến và sân hận được hậu thuẫn như thế nào bởi quan niệm chấp hữu? Lấy ví dụ, khi bạn rất giận một người nào đó, hãy lưu ý xem vào lúc ấy bạn thấy người đó hoàn toàn đáng ghét, hoàn toàn khó chịu như thế nào. Rồi sau đó, một người bằng hữu nói với bạn rằng: Không, người ấy không hoàn toàn đáng ghét, vì anh ta có một tính tốt nào đó. Nghe vậy, bạn đổi ý và không thấy người ấy là hoàn toàn đáng ghét, hoàn toàn khó chịu nữa.

Điều này cho thấy rõ rằng ngay từ lúc đầu khi bạn khởi tâm tham luyến, sân hận v.v... khuynh hướng tâm lý là bạn nhìn người hay đối tượng đó không chỉ đơn thuần là đáng yêu hay đáng ghét, mà là [nghiêng hẳn về một phía] hoàn toàn đáng yêu hay hoàn toàn đáng ghét. Nếu người đó là đáng yêu, bạn thấy anh ta hay cô ta hoàn toàn hấp dẫn, một trăm phần trăm hấp dẫn, và nếu bạn tức giận với họ thì bạn thấy người đó hoàn toàn không hấp dẫn. Nói cách khác, bạn thấy bất kỳ phẩm tính nào của đối tượng đều là tự chúng tồn tại hay tồn tại một cách độc lập. Do đó, cách nhận thức rằng các pháp tồn tại trên cơ sở tự tính hay thực có tạo nên chỗ dựa vững chắc cho sự sinh khởi của các phiền não như tham luyến và sân hận...

Từ những giải thích như trên, bạn có thể suy định rằng nói chung thì phẩm tính giải thoát hay Niết-bàn quả thật hiện hữu. Đó là một hiện tượng. Hiện tượng này không chỉ thực sự hiện hữu mà còn là có thể đạt đến trong dòng tâm thức tương tục của bạn. Nếu bạn tự mình tu tập đồng thời các pháp quán tưởng về những tai hại và khổ đau trong luân hồi và về những lợi lạc khi có thể dứt trừ khổ đau và đạt đến giải thoát, thì bạn sẽ có thể phát khởi quyết tâm hoàn toàn thoát khỏi luân hồi.

Lượng định sự phát khởi quyết tâm cầu giải thoát

Đoạn kệ kế tiếp giải thích cách lượng định xem bạn đã phát khởi quyết tâm cầu giải thoát khỏi luân hồi hay chưa:

Sau khi tự huân tập theo cách này, nếu con không khởi lòng mến mộ,
Vẻ phồn hoa của luân hồi, dù chỉ trong thoáng chốc,
Và nếu con ngày đêm khát khao giải thoát,
Lúc đó con đã thực sự phát khởi quyết tâm cầu giải thoát.

Đoạn kệ tiếp theo giải thích về sự phát khởi quyết tâm cầu giác ngộ. Trước hết, sự cần thiết và mục đích phát khởi lòng vị tha được giải thích:

Mục đích của việc phát tâm Bồ-đề

Nếu quyết tâm cầu giải thoát không được dẫn dắt bởi tâm giác ngộ thanh tịnh,
Thì không thể trở thành nhân đưa đến giác ngộ tối thượng, niềm hỷ lạc toàn hảo.
Do đó, bậc trí giả phải phát tâm Bồ-đề.

Cho dù bạn có huân tập quyết tâm cầu giải thoát một cách mạnh mẽ đến đâu đi chăng nữa, nhưng nếu bạn không phát khởi một tâm nguyện vị tha, một ước nguyện mạnh mẽ làm lợi lạc cho mọi chúng sinh hữu tình, thì bạn sẽ không thể đạt đến giác ngộ. Về điểm này, trong Bảo tràng luận ngài Long Thụ đã nói:[1]

*Nếu con và thế gian này,
Muốn thành tựu giác ngộ tối thượng,
Thì căn bản chính là tâm Bồ-đề.*[2]

Nền tảng để phát khởi tâm nguyện cầu giác ngộ vì chúng sinh là lòng bi mẫn, vốn có nhiều dạng khác nhau. [Khi bạn nghĩ rằng] thật tốt đẹp biết bao nếu mọi chúng sinh đều được thoát khổ thì đó là một dạng của lòng bi mẫn. Còn có những cấp độ khác của lòng bi mẫn không chỉ bao gồm ý tưởng này mà còn có cả lòng dũng cảm mạnh mẽ hơn. Tâm bi mẫn này tạo ra một quyết tâm đặc biệt tự mình gánh vác trách nhiệm trừ dứt mọi khổ đau cho chúng sinh. Ngay cả các bậc Thanh văn và Độc giác Phật cũng ước nguyện thiết tha rằng chúng sinh được thoát ly khổ đau. Tương tự, đôi khi chính chúng ta cũng khởi lòng bi mẫn nghĩ rằng thật tốt đẹp biết bao nếu mọi chúng sinh đều thoát khổ. Chẳng hạn như khi thấy cảnh khốn cùng hay điều kiện bơ vơ của một người hay con vật nào đó, chúng ta có thể khởi lên một cảm xúc bi mẫn mạnh mẽ ước mong rằng khổ đau của chúng sinh đó sẽ được dứt trừ.

---

[1] Bảo tràng luận (Phạn ngữ: Ratnvaly), thường gọi là Bảo hành vương chính luận (Phạn ngữ: Rjaparikath-ratnvaly), đã được ngài Chân Đế (Paramrtha) dịch sang Hán văn, thuộc quyển 32 của Đại chánh tạng. (ND)

[2] Bài kệ này được dịch sang Hán văn trong bản dịch của ngài Chân Đế là: 若人未解脫,教一切眾生,堅發菩提心. (Nhược nhân vị giải thoát,

Điều cũng quan trọng cần lưu ý là, khi đối tượng của lòng bi mẫn là một người mà chúng ta yêu thích thì sự thương cảm của chúng ta [có thể] dựa trên sự tham ái hơn là lòng bi mẫn. Ngược lại, nếu bạn khởi tâm bi mẫn khi thấy sự khổ đau của một con vật bị bỏ rơi, chẳng hạn như một con chó hoang mà bạn chẳng có sự quyến luyến gì, thì đó mới thuần túy là lòng bi mẫn.

Lòng bi mẫn phát khởi bởi các bậc Thanh văn và Độc giác Phật cao thượng hơn nhiều so với lòng bi mẫn mà chúng ta thường phát khởi, vì khi trông thấy khổ đau tràn ngập khắp cõi luân hồi thì các ngài phát khởi lòng bi mẫn đối với tất cả chúng sinh. Vì không thấy được khổ đau trong khắp cõi luân hồi, chúng ta chỉ thấy khổ đau của một số chúng sinh nào đó, mà ta cũng chỉ thấy như một dạng sai lầm hay khiếm khuyết của họ. Tuy nhiên, các bậc Thanh văn và Độc giác Phật không có dạng bi mẫn thôi thúc họ tự mình gánh vác trách nhiệm giải thoát [tất cả] chúng sinh.

Lòng bi mẫn do các vị Bồ Tát phát khởi là cao thượng nhất. Các ngài không chỉ ước nguyện cho chúng sinh thoát ly khổ đau mà còn tự nguyện gánh vác trách nhiệm cứu giúp [tất cả] chúng sinh thoát khổ. Tâm bi mẫn này được gọi là *đại bi*. Chính tâm đại bi này là nền tảng của tâm nguyện cầu giác ngộ vì tất cả chúng sinh và [cũng chính nó đã] làm sinh khởi tâm nguyện đặc biệt này. Do đó, trong các kinh văn thường dạy rằng chính tâm đại bi là gốc rễ của tâm Bồ-đề. Để phát khởi tâm đại bi như thế, một mặt bạn phải nhận diện được nỗi khổ đau mà chúng sinh nào đó đang chịu đựng; mặt khác, bạn phải thực lòng xem chúng sinh đó là đáng yêu và thân thiết.

Phương tiện phát tâm Bồ-đề

Bị cuốn trôi bởi bốn dòng thác dữ;
Bị trói chặt bởi nghiệp lực, khó lòng cởi bỏ;
Bị giam hãm trong lưới sắt của ngã chấp;
Hoàn toàn bao phủ trong bóng tối dày đặc của vô minh;
Trôi nổi trong luân hồi bất tận;
Đau đớn khôn nguôi bởi ba khổ não trong từng kiếp tái sinh.
Khi quán chúng sinh từng là mẹ ta trong tình trạng như vậy, hãy phát khởi tâm vô thượng Bồ-đề.

Cụm từ *"chúng sinh từng là mẹ ta"* ở đây chỉ rõ những chúng sinh đang thống khổ kia chẳng phải là hoàn toàn không liên quan đến bạn. Họ đã từng là mẹ bạn trong nhiều kiếp trước và đã đối xử với bạn cực kỳ tử tế. Do đó, bạn phải xem họ là những người rất đáng yêu. Việc thấu hiểu được những người mẹ của bạn thống khổ ra sao sẽ khơi dậy trong lòng bạn một cảm xúc [thương cảm] như không sao chịu nổi. Thông qua tiến trình tinh thần nhận biết mối liên hệ rất thân thiết giữa bạn và các chúng sinh khác, bạn sẽ có thể phát khởi tâm đại bi, và tâm đại bi sẽ làm phát khởi tâm Bồ-đề.

Đoạn kệ này nói rằng chúng sinh đang bị cuốn phăng đi bởi bốn dòng thác dữ. Bốn dòng thác này có thể chỉ đến bốn nghiệp nhân xô đẩy chúng sinh vào sự tái sinh trong luân hồi và chúng cũng có thể chỉ đến bốn nghiệp quả. Nhưng ở đây bốn dòng thác dữ chỉ đến bốn nỗi khổ không mong muốn mà chúng ta phải gánh chịu trong luân hồi: Đó là [những khổ đau của sự] sinh ra, già yếu, bệnh tật và chết đi. Nói cách khác, chúng ta hoàn toàn chịu sự chi phối của nghiệp bất tịnh rất mạnh mẽ và không thể cưỡng lại, do vậy mà chúng ta phải chịu đựng bốn nỗi khổ nói trên.

Những nghiệp bất tịnh nặng nề đến như thế cũng sinh khởi từ những [cảm xúc] phiền não mạnh mẽ như sân hận và tham luyến. Và những phiền não này lại sinh khởi từ quan niệm cứng nhắc về một bản ngã (thực sự tồn tại) mạnh mẽ. Quan niệm chấp ngã này được ví như một tấm lưới sắt kiên cố, do nó mà chúng ta bị giữ chặt trong luân hồi. Một quan niệm cứng nhắc về bản ngã có nghĩa là nó kiên cố và không bị bác bỏ. Quan niệm chấp ngã càng kiên cố thì những phiền não như sân hận và tham luyến sẽ càng nặng nề hơn. Phiền não càng nặng nề thì nghiệp lực dẫn dắt chúng ta vào luân hồi càng mạnh mẽ hơn. Và nghiệp lực dẫn dắt chúng ta vào luân hồi càng mạnh thì khổ não càng lớn.

Quan niệm sai lầm về bản ngã phát sinh vì chúng ta bị vây quanh bởi bóng tối của vô minh. Trong đoạn văn này, *"quan niệm sai lầm về bản ngã"* giam hãm chúng ta trong luân hồi thực sự muốn chỉ đến quan niệm sai lầm về tự ngã của chúng sinh, bởi vì dòng kệ kế tiếp nói rằng chúng sinh hoàn toàn mê mờ và bị vây phủ bởi bóng tối dày đặc của vô minh. Thông thường, [cụm từ] *"quan niệm sai lầm về bản ngã"* tự nó hàm ý chỉ đến sự vô minh, nhưng khi ta thấy cả hai khái niệm cùng được giải thích, như [cách nói] *"quan niệm sai lầm về bản ngã và vô minh"*, thì khái niệm đi trước, tức *"quan niệm sai lầm về bản ngã"* [được dùng để] chỉ đến quan niệm sai lầm về tự ngã của chúng sinh, và [khái niệm] *"vô minh"* ở dòng tiếp theo [được dùng để] chỉ đến quan niệm sai lầm về bản ngã của các pháp, tức quan niệm sai lầm cho rằng các pháp thực sự tồn tại, [hay quan niệm chấp hữu].

Quan niệm sai lầm của chúng ta về sự tồn tại thực sự của các pháp, hay nói cách khác là sự tham luyến mãnh liệt của chúng ta vào dáng vẻ hấp dẫn của thân thể bằng xương thịt này, chính là nền tảng để phát sinh quá nhiều tham luyến đối với tự thân. Do đó, quan niệm sai lầm về các pháp [hay chấp hữu] chính là nền tảng của quan niệm sai lầm về tự ngã [hay chấp ngã]. Khi bạn quán sát "cái tôi" trong dòng tâm thức và khởi sinh một cảm giác về "cái tôi", quan niệm về một bản ngã thực sự tồn tại; quan điểm này được gọi là *hữu thân kiến*,[1] [hay kiến

---

[1] Thuật ngữ này trong Tạng ngữ là "jig tshogs lta ba", được dịch từ Phạn ngữ là "satkyadṛṣṭi", dịch sang Anh ngữ là "view of

chấp cho rằng thân này là thật có]. Như vậy, quan niệm sai lầm về bản ngã của các pháp đã dẫn đến quan điểm chấp thân thật có này, và rồi quan điểm này lại kích thích sự tích lũy nghiệp. Do các quan niệm sai lầm [cho rằng thật có] bản ngã của các pháp và tự ngã của chúng sinh, chúng ta vô tình thọ sinh vào luân hồi và phải không ngừng chịu đựng các khổ não như sinh, già, bệnh v.v... trong thời gian vô tận.

Và sự chấm dứt những nghiệp quả theo sau luôn phụ thuộc vào sự chấm dứt của các nghiệp nhân dẫn khởi. Nếu các nghiệp nhân nặng nề đã tạo ra rồi thì bạn buộc phải gánh chịu nghiệp quả, cho dù bạn có muốn né tránh đến mức nào đi chăng nữa. Nếu bạn suy nghĩ được như vậy thì càng chán ghét khổ não bao nhiêu bạn sẽ càng ghê sợ nghiệp nhân bấy nhiêu. Các câu kệ này giải thích hai phương thức để phát khởi tâm xả ly và một quyết tâm cầu giải thoát thông qua sự suy xét sự thật về khổ đau (Khổ đế). Các phương thức này là suy ngẫm về các tai hại và khổ đau trong luân hồi cùng với việc quán chiếu các nguyên nhân thực sự của khổ đau (Tập đế). Khi đoạn kệ giải thích những điều như bốn mức độ của khổ đau... thì chính là đang giảng giải về Khổ đế; và khi đoạn kệ giải thích các yếu tố như quan niệm chấp hữu, vô minh và nghiệp ô nhiễm thì chính là đang giảng giải về Tập đế. Bằng cách này, bài kệ đã giảng giải về hai chân đế đầu tiên.

---

transitory collection" và trong kinh điển Hán tạng gọi là hữu thân kiến, tức là

Nếu bạn quán chiếu chu kỳ của khổ đau và các nguyên nhân gây khổ đau trong mối tương quan với các chúng sinh khác thì điều này sẽ dẫn đến sự tu tập lòng bi mẫn. Nhưng nếu bạn quán chiếu chu kỳ khổ đau và các nguyên nhân gây khổ đau trong mối tương quan với chính bạn thì điều này sẽ dẫn đến sự phát khởi quyết tâm cầu giải thoát.

Hôm qua, chúng ta đã thảo luận về các mức độ khác nhau của khổ đau và phương thức để phát khởi một thái độ vị tha mong muốn làm lợi lạc cho tất cả chúng sinh. Về vấn đề này, đoạn kệ nói rằng:

Trông thấy nỗi thống khổ của những chúng sinh từng là mẹ ta,
Đang ở trong tình trạng khổ đau đến như thế, ta cần phải phát tâm vô thượng.

Nói cách khác, trước hết chúng ta phải quán sát những khổ đau của chúng sinh, rồi sau đó khởi sinh một cảm xúc thân thiết, yêu thương mạnh mẽ đối với họ. Bạn càng cảm thấy thân thiết với chúng sinh thì sẽ càng dễ dàng hơn trong việc khởi sinh tâm trạng [thương cảm] đến mức như không sao chịu nổi trước những khổ đau của họ. Do vậy, ta nên thấy tất cả chúng sinh như là người thân của ta, như mẹ ta chẳng hạn...

Để mở lòng quan tâm đối với chúng sinh thì trước hết chúng ta phải thấu hiểu bản chất không có khởi đầu của luân hồi. Chúng sinh thọ sinh trong cõi luân hồi cũng bắt đầu từ vô thủy đến nay nên chẳng có một chúng sinh nào mà bạn có thể cho là không có quan hệ với bạn như một người thân, như mẹ bạn chẳng hạn.

Để khởi sinh tình cảm yêu thương, thân thiết thật mạnh mẽ đối với tất cả chúng sinh thì trước hết bạn cần phải phát tâm bình đẳng mạnh mẽ đối với mọi chúng sinh. Dựa trên tâm bình đẳng này, bạn có thể khởi sinh tình cảm thân thuộc đối với các chúng sinh khác và xem họ như mẹ mình. Khi đó, bạn sẽ có thể quán chiếu về lòng tốt của những chúng sinh này, cũng tương tự như lòng tốt của gia đình bạn hiện nay, [những người] đang cưu mang bạn. Khi bạn xem họ như người thân thuộc của chính bạn và nghĩ nhớ đến lòng tốt của họ thì bạn sẽ có thể khởi tâm nâng niu, ấp ủ họ trong tim.

Một cách khác để khởi sinh tâm nguyện vị tha là tự hoán chuyển vị trí của mình với những người khác. Điều này có thể làm được vì các chúng sinh khác cũng giống như bạn trong sự mong ước hạnh phúc và không muốn khổ đau. Họ cũng giống bạn về khả năng và cơ hội loại bỏ khổ đau và đạt được hạnh phúc. Và cũng giống như bạn, mọi chúng sinh đều có quyền loại bỏ khổ đau và đạt hạnh phúc cao nhất. Mặc dù bạn cũng giống họ ở những điểm này, nhưng tất cả chúng sinh khác lại đông vô số kể. Và bạn không phải là không liên quan gì đến họ, bởi vì trong những quan hệ thế gian, bạn phụ thuộc vào họ rất nhiều. Ngay cả khi thiền quán về con đường tu tập, bạn cũng thực hành bằng cách chú tâm đến chúng sinh. Cuối cùng, sự giác ngộ rốt ráo được biết đến như là sự thành tựu tự nhiên không dụng công những mục tiêu của tha nhân, được đạt đến trong sự phụ thuộc vào chúng sinh. Như vậy, chúng ta gắn bó và phụ thuộc vào chúng sinh khi ta còn trong cõi luân hồi cũng như trên suốt chặng đường tu tập và cuối cùng cả khi ta thành tựu đạo quả.

Giờ đây, khi bạn đã thấy rõ mối liên hệ chặt chẽ với tất cả các chúng sinh khác, thật dại dột nếu bỏ qua hạnh phúc của họ để theo đuổi những lợi ích của riêng một chúng sinh duy nhất là cá nhân bạn. Ngược lại, điều khôn ngoan là biết bỏ qua lợi ích của riêng một người vì lợi lạc của đa số chúng sinh còn lại.

Tất cả các thú vui và phương tiện mà bạn tận hưởng trong cuộc sống này như của cải, vật sở hữu, danh vọng và bè bạn đều có được nhờ vào các chúng sinh khác. Chúng ta không thể hình dung việc thụ hưởng được bất kỳ điều gì bằng vào công sức của riêng ta mà không cần đến sự giúp đỡ của họ. Đặc biệt là trong thời hiện đại này, mọi thứ mà chúng ta thụ hưởng như thực phẩm, quần áo và tất cả các thứ khác đều do các xí nghiệp sản xuất, trong đó có nhiều người cùng làm việc. Hầu như chẳng có gì được gieo trồng hay làm ra trên mảnh sân vườn nhỏ bé của bạn...

Chúng ta ăn trái cây đóng hộp được làm ra bởi công sức của những người khác. Khi chúng ta đi máy bay, chúng ta phụ thuộc vào công việc và những phương tiện do những người vận hành máy bay đảm nhiệm. Trong xã hội hiện đại, chúng ta không thể hình dung việc mưu sinh được mà không phụ thuộc vào những người khác. Cũng vậy, nếu không có những người khác thì bạn sẽ không thể có chút danh tiếng gì cả. Cho dù bạn đã có được một số phẩm chất có thể mang lại danh thơm tiếng tốt, nhưng nếu không được những người khác biết đến thì bạn cũng không thể trở nên nổi tiếng.

Nếu bạn nghĩ kỹ thì ngay cả kẻ thù của bạn, người mà bạn thường xem là đối nghịch và hoàn toàn ghét bỏ, cũng cho bạn cơ hội phát triển các đức tính như sự nhẫn nhục, can đảm và sức mạnh. Liên quan đến ý nghĩa này, trong chương nói về hạnh nhẫn nhục,[1] ngài Tịch Thiên đã dạy cách khởi tâm nhẫn nhục đối với kẻ thù và trân quý họ. Điều này đặc biệt quan trọng đối với một người tu tập theo Phật giáo. Nếu bạn biết cách để đạt được các đức tính này từ kẻ thù thì bạn cũng sẽ có thể dành cho người ấy những tình cảm tốt đẹp.

Nếu bạn có thể khởi sinh một tâm thức tích cực như thế đối với kẻ thù của bạn, vốn thường là một đối tượng bị khinh miệt, thì sẽ không khó để cho bạn mở lòng quan tâm, chăm sóc các chúng sinh mà bạn không yêu không ghét, và tất nhiên là [càng dễ dàng hơn] đối với những bạn bè thân hữu. Để

---

[1] Tức chương 6, nói về hạnh nhẫn nhục, của tác phẩm Nhập Bồ Tát hạnh (tên Phạn ngữ là Bodhicaryvatra). Xin xem ở các đoạn kệ từ

khởi sinh một thái độ tinh thần như vậy, bạn không cần thiết phải nhận diện từng chúng sinh riêng biệt. Ví dụ như, từ những tính chất của một cái cây cụ thể bạn có thể suy ra rằng tất cả các loại cây đều có một số đặc điểm chung nào đó, mà không cần thiết phải biết rõ hết thảy từng cây riêng biệt. Tương tự, bằng việc quán xét trường hợp của chính bản thân mình, bạn có thể kết luận rằng mọi chúng sinh đều giống nhau ở điểm là mong muốn được hạnh phúc và không muốn khổ đau. Làm như thế sẽ giúp bạn dễ dàng phát khởi tâm bi, là động lực khơi dậy ước nguyện loại trừ hết mọi khổ đau cho tất cả chúng sinh. Và nếu bạn có thể thấu hiểu khổ đau của chúng sinh thì bạn sẽ có thể khởi sinh tâm từ, là động lực khơi dậy ước nguyện mang hạnh phúc đến cho tất cả chúng sinh.[1]

Trên nền tảng của hai ước nguyện này - tâm từ và tâm bi - bạn sẽ tự khởi sinh tâm nguyện đặc biệt tự mình gánh vác trách nhiệm trừ bỏ các khổ đau này và tâm nguyện đó sẽ khơi dậy sự khát khao đạt đến quả vị Vô thượng Bồ-đề vì lợi lạc cho tất cả chúng sinh. Tâm nguyện vị tha mong cầu giác ngộ vì lợi lạc cho tất cả chúng sinh được gọi là tâm Bồ-đề. Phương thức để lượng định sự phát tâm Bồ-đề và quyết tâm cầu giải thoát của bạn đã được giảng giải trong phần trước.

---

[1] Đoạn văn này giảng giải quan điểm của Phật giáo Đại thừa về tâm từ và tâm bi, thường được ghi chép trong nhiều kinh điển Hán tạng là: "Từ năng dữ lạc, bi năng bạt khổ." (Tâm từ thường mang lại niềm

Sự cần thiết phải nhận biết tánh Không

Từ đây trở đi, bài kệ giải thích về tánh Không và trí tuệ nhận biết được tánh Không. Câu kệ đầu tiên giải thích sự cần thiết phải phát khởi trí tuệ nhận biết tánh Không này. Có nhiều loại trí tuệ: trí tuệ hiểu biết các pháp theo cách thông thường như các ngành khoa học chẳng hạn và trí tuệ hiểu biết bản chất chân thật, rốt ráo của các pháp. Nếu bạn không có trí tuệ hiểu biết được dạng thức rốt ráo của thực tại thì cho dù quyết tâm cầu giải thoát hay tâm Bồ-đề của bạn có mạnh mẽ đến đâu đi chăng nữa, bạn cũng không thể nào thay đổi được quan niệm chấp hữu, vốn là nguyên nhân căn bản của luân hồi. Do đó, bạn phải nỗ lực để nhận biết được [nguyên lý] duyên khởi.

Không có trí tuệ nhận biết được dạng thức của sự tồn tại thì cho dù bạn có tự huân tập quyết tâm cầu giải thoát và tâm Bồ-đề nhưng nguyên nhân của luân hồi vẫn không thể bị cắt đứt. Do đó, hãy nỗ lực để nhận biết [nguyên lý] duyên khởi.

Những lý giải thông thường về ý nghĩa của [nguyên lý] duyên khởi, chẳng hạn như sự sinh khởi phụ thuộc giữa nhân và quả, được chấp nhận bởi tất cả các truyền thống Phật giáo. Nhưng câu kệ này chỉ đến [nguyên lý] duyên khởi vi tế; [dạy rằng] một sự vật nào đó xuất hiện trong sự phụ thuộc vào các phần của nó.

Nói cách khác, có những mối quan hệ duyên khởi mà trong đó những hệ quả cụ thể hay các pháp khởi sinh trong sự phụ thuộc hoàn toàn vào chỉ một nguyên nhân và điều kiện cụ thể. (1) Một ý nghĩa khác của duyên khởi là sự tồn tại của các sự vật trong mối liên hệ [tương quan] lẫn nhau. Ví dụ như khi ta nói về một bộ phận của toàn bộ thân thể, ta gọi nó là một bộ phận của tổng thể. Tương tự, một tổng thể chỉ là tổng thể trong mối liên hệ với các bộ phận của nó. Từ quan điểm này, bộ phận và tổng thể là tương quan và phụ thuộc lẫn nhau. Cũng vậy, các tính chất như dài và ngắn có ý nghĩa tương quan bởi vì chúng ta dùng những từ ngữ này để mô tả các đối tượng trong mối quan hệ với những đối tượng khác. (2)

Ở một cấp độ khác, các pháp cũng được gọi là duyên khởi bởi vì chúng khởi sinh phụ thuộc vào cơ sở của sự định danh và chúng phụ thuộc vào tâm thức định danh chúng. (3)

Ý nghĩa (1) của [nguyên lý] duyên khởi chỉ áp dụng với các pháp hữu vi, trong khi hai ý nghĩa (2) và (3) áp dụng với tất cả các pháp, pháp vô thường hữu vi cũng như pháp thường hằng vô vi.

[Nguyên lý] duyên khởi được đề cập trong dòng kệ này là loại vi tế nhất, theo đó, nó được giải thích trong ý nghĩa của sự tồn tại chỉ hoàn toàn do tên gọi và sự định danh bởi tư tưởng. Nói cách khác, khi chúng ta nói rằng các pháp hiện hữu thông qua công năng của các danh xưng cũng như sự định danh và trong sự phụ thuộc vào sự định danh, thì chúng ta đang giải thích [nguyên lý] duyên khởi khi nó trình hiện, như là sự tồn tại đơn thuần do công năng của tên gọi. Từ quan điểm rốt ráo, đó chỉ là sự không tồn tại trên cơ sở tự tính. Điều này có nghĩa là, vì một pháp không thể tự nó sinh khởi nên nó không tồn tại trên cơ sở tự tính và luôn phải phụ thuộc vào các điều kiện khác. Ở đây, các duyên khác là chỉ đến sự định danh và tư tưởng định danh. Các pháp tồn tại chỉ hoàn toàn do công năng của sự định danh đó và như vậy chúng không có khả năng tự tồn. Ngược lại, vì không hề có sự tự tồn nên các pháp chỉ tồn tại thông qua công năng của sự định danh.

Đó là những giảng giải về tánh Không vi tế. Khi chúng ta nói về ý nghĩa của tánh Không, chính là nói về một cái gì đó không có đối tượng của sự phủ định. Các pháp không có sự tồn tại độc lập, không có sự tồn tại trên cơ sở tự tính và không tồn tại tách biệt. Ba điều này: sự tồn tại độc lập, sự tồn tại trên cơ sở tự tính, và sự tồn tại tách biệt, là các đối tượng của sự phủ định. Như vậy, tính Không có nghĩa là không có các đối tượng của sự phủ định này. Sở dĩ nói như vậy là vì các pháp luôn phụ thuộc vào cái khác: chúng phụ thuộc vào tên gọi và tư tưởng định danh cho chúng.

Khi chúng ta giải thích rằng các pháp phụ thuộc vào các phần của chúng, vào tên gọi và sự định danh, chúng ta cũng nói rằng các pháp không tồn tại trên cơ sở tự tính, bởi vì phụ thuộc và không phụ thuộc là hai từ trái nghĩa. Các pháp hoặc là phụ thuộc, hoặc là không phụ thuộc, không thể là cả hai. Bởi vì các từ này loại trừ lẫn nhau, một pháp chỉ có thể là phụ thuộc hoặc không phụ thuộc, chứ không thể là điều gì đó ở giữa [hai tính chất này]. Lấy ví dụ, *người* và *ngựa* có nghĩa khác nhau nhưng không hoàn toàn trái ngược, bởi vì còn có một loài thứ ba, như chó chẳng hạn, không phải ngựa mà cũng không phải người. Nhưng *người* và *không phải người* là có nghĩa hoàn toàn trái ngược nhau và nếu chúng ta nói rằng chỉ có hai loại hiện tượng, hoặc là người hoặc không phải người, thì không thể có một loài thứ ba. Như vậy, sự tồn tại không có tự tính được xác lập thông qua suy luận duyên khởi.

Thuật ngữ tánh Không khi được sử dụng có một số điểm tương đồng với ý niệm thông thường của chúng ta về sự thiếu vắng một điều gì hay sự trống không. Nếu bạn nghĩ rằng tánh Không chỉ là sự thiếu vắng bất cứ điều gì thì sự hiểu biết đó không trọn vẹn. Chúng ta phải hiểu tánh Không như sự thiếu vắng của sự tồn tại trên cơ sở tự tính. Bởi vì không có sự tồn tại trên cơ sở tự tính nên các pháp không có sự tồn tại độc lập, dù vậy chúng vẫn tồn tại.

Sự hiểu biết về tánh Không như thế này có thể đạt được thông qua sự thấu hiểu ý nghĩa của duyên khởi, bởi vì [nguyên lý] duyên khởi có nghĩa là các pháp luôn phụ thuộc vào cái khác. Chúng không tồn tại độc lập mà cũng không tồn tại tách biệt. [Nhưng] nếu các pháp tồn tại phụ thuộc vào thứ khác thì điều này chỉ rõ rằng chúng quả thật có tồn tại.

Đôi khi tánh Không được giải thích như là ý nghĩa của Trung đạo, nghĩa là sự trung dung đã loại trừ cả hai cực đoan. Cực đoan thứ nhất là cho rằng nếu các pháp không tồn tại trên cơ sở tự tính thì [có nghĩa là] chúng chẳng hề tồn tại - hay cực đoan chấp không. Cực đoan thứ hai là cho rằng nếu các pháp có tồn tại thì [có nghĩa là] chúng phải tồn tại trên cơ sở tự tính - hay cực đoan chấp thường (chấp hữu). Nếu chúng ta hiểu rõ về tánh Không thì một mặt chúng ta sẽ hiểu rằng vì các pháp tồn tại phụ thuộc vào tư tưởng và tên gọi v.v... nên chúng có sự tồn tại qua tên gọi, nghĩa là chúng *quả thật có tồn tại*. Điều này [giúp ta] tránh được cực đoan chấp không. Mặt khác, nếu bạn nghĩ về việc các pháp tồn tại phụ thuộc vào tư tưởng và tên gọi như thế nào thì rõ ràng là chúng *không hề có sự tồn tại độc lập*. Điều này [giúp ta] tránh được cực đoan chấp thường. Nếu một pháp là điều gì đó không hề tồn tại thì việc nói rằng nó [tồn tại] phụ thuộc vào thứ khác hẳn là hoàn toàn vô nghĩa. Đoạn kệ sau đây sẽ làm sáng tỏ điểm này.

Kẻ thấy được lý nhân quả không sai chạy,
Của mọi pháp trong luân hồi và vượt ngoài,
Và phá hủy mọi nhận thức [sai lầm] (về sự tồn tại trên cơ sở tự tính)
[Như thế là] đã bước vào con đường tu tập làm đức Phật hoan hỷ.

Điều này có nghĩa là nếu bạn có thể khẳng định rõ ràng tính đúng đắn tuyệt đối của [nguyên lý] duyên khởi đến mức có thể xác quyết về nguyên lý ấy, và nếu bạn có thể phá vỡ nhận thức [sai lầm] rằng sự vật tồn tại trên cơ sở tự tính mà không đi ngược với sự trình bày [nguyên lý] duyên khởi, thì [đó là] bạn đã bước vào con đường tu tập làm đức Phật hoan hỉ.

Hai câu kệ đầu tiên giải thích rõ ràng rằng những ai thấy được mối quan hệ nhân quả là đúng đắn tuyệt đối, cả bên trong và vượt ngoài luân hồi, có thể thừa nhận sự tồn tại và vận hành thực sự của luật nhân quả thay vì phủ nhận nó, thì [người ấy] có thể phá trừ [quan niệm] cực đoan chấp không.

Hai câu kệ tiếp theo giải thích rằng, thông qua việc thấu hiểu sự vận hành của luật nhân quả bạn sẽ hiểu rằng, tuy các pháp tồn tại nhưng chúng không tồn tại một cách độc lập hay dựa trên cơ sở tự tính, và bạn sẽ có thể phá vỡ nhận thức [sai lầm] rằng sự vật tồn tại trên cơ sở tự tính.

Như vậy, các dòng kệ này giải thích rằng, tuy nhân quả vận hành nhưng chúng không vận hành trên cơ sở tự tính. Thật ra thì sự tồn tại trên cơ sở tự tính là đối tượng của sự phủ định và chính là điều cần phải phá trừ bằng chánh kiến. Điều này loại trừ [quan niệm] cực đoan chấp thường.

Nói chung, toàn bộ giáo pháp của đức Phật có thể được tóm lược trong bốn phát biểu sau: Các pháp hữu vi đều là vô thường, các pháp ô nhiễm đều là đau khổ, tất cả các pháp đều là không, vô ngã và

Niết-bàn là an lạc. Từ bốn phát biểu này thì rõ ràng là hầu hết giáo lý của các trường phái trong đạo Phật đều thừa nhận cách giải thích về vô ngã, trừ một số chi phái như Độc tử bộ[1] chẳng hạn.

[Quan niệm] vô ngã được chấp nhận bởi cả bốn trường phái Phật giáo khác nhau [được hiểu như] là sự phủ nhận một cá thể tự tồn tại hay không phụ thuộc gì bên ngoài nó. Sự phủ nhận một cá thể chân thật tự tồn tại [như thế] có nghĩa là không có cá thể nào hoàn toàn độc lập với các uẩn tâm thần và thể chất. Nếu bạn xem năm uẩn như đối tượng bị chế ngự và cá nhân [mang năm uẩn đó] như là chủ thể chế ngự, và nếu bạn xem chủ thể chế ngự này - tức là cá nhân [mang năm uẩn đó] - như là hoàn toàn độc lập với các uẩn, thì đó là bạn đang duy trì quan niệm về một cá thể chắc thật có khả năng tự tồn tại.

Giáo lý của cả bốn trường phái trong Phật giáo đều thừa nhận rằng không hề có một cá thể độc lập với năm uẩn như thế. Tri kiến này làm yếu đi sự khao khát mạnh mẽ của chúng ta về sự chắc thật của một cá thể - chủ thể tận hưởng hạnh phúc và chịu đựng khổ đau, nhưng dường như tri kiến này không được hữu hiệu lắm trong việc làm suy yếu sự tham luyến, sân hận v.v... vốn khởi sinh qua việc quan sát các đối tượng khác của sự ưa thích. Nói

---

[1] Độc tử bộ (犢子部; Sanskrit: Vātsī-putrīyāḥ; Pali: Vajji-puttaka), cũng gọi là Khả trụ tử bộ, chủ trương thuyết hữu ngã, trái nghịch với giáo

chung, những tham luyến, sân hận... nào khởi sinh liên quan đến chính mình thì mạnh mẽ hơn. Vì vậy, chúng ta luôn nghĩ đến đối tượng ưa thích của tôi, người thân của tôi, tràng hạt của tôi...

Nếu đối tượng được ưa thích không thuộc về mình thì có lẽ bạn không có một cảm giác rất mạnh về một cá thể độc lập có khả năng tự tồn tại, nhưng nếu bạn là chủ sở hữu một vật gì thì cảm giác [liên quan đến vật] đó sẽ mạnh hơn. Điều này sẽ được thấy rõ nếu bạn so sánh hai thái độ trước và sau khi mua một món đồ, như một cái đồng hồ chẳng hạn. Trước hết bạn mua nó, kế đến bạn bắt đầu nghĩ "Đây là đồng hồ của tôi"... [Tương tự, bạn có những ý nghĩ như] "Kia là quần áo của tôi", vân vân. Như vậy, do cảm giác về "cái của tôi", cảm giác sở hữu vật ấy, bạn đã khởi lên một ý niệm rất mạnh mẽ về một cá thể là chủ sở hữu. Một cá thể như thế được gọi là "cá thể chắc thật có khả năng tự tồn tại". Nếu bạn nói về sự không tồn tại của một cá thể tự tồn chắc thật với những người có ý niệm rất mạnh mẽ về sự tồn tại của một cá thể như thế thì sẽ giúp họ giảm bớt sự tham luyến vào những gì họ sở hữu.

Ngoài sự giải thích như trên về tính vô ngã của các cá nhân, khi nghiên cứu giáo lý của các trường phái cao nhất là Duy thức và Trung quán, chúng ta còn thấy có những giảng giải tinh tế hơn về tính vô ngã, không chỉ của các cá nhân mà còn là [tính vô ngã] của các pháp nữa. Giáo lý Duy thức dạy rằng, khi chúng ta tiếp cận với các đối tượng khác nhau của sự ưa thích, chẳng hạn như hình sắc và âm thanh, những đối tượng này trình hiện trước chúng ta là do sự bừng dậy của các chủng tử trong tâm thức ta. Do đó, theo giảng giải của trường phái Duy thức thì tất cả các pháp khác nhau trình hiện trước chúng ta và được ta trải nghiệm, tận hưởng, đó hoàn toàn chỉ là do sự bừng dậy của các chủng tử đã được để lại trong tâm thức ta. Nói cách khác, tất cả các pháp đều thuộc về bản chất của tâm thức và không hề có bất kỳ sự tồn tại nào bên ngoài [tâm thức].

Đó là một cách giải thích về ý nghĩa của tánh Không và là phương tiện để giảm bớt sự tham luyến vào các đối tượng của sự ưa thích. Nhưng theo sự giải thích của trường phái Trung quán thì chẳng có một pháp nào - cho dù đó là cá nhân, chủ thể ưa thích hay đối tượng của sự ưa thích - tồn tại trên cơ sở tự tính một cách tách biệt, bởi vì chúng chỉ hoàn toàn được định danh bởi tư tưởng. Tư tưởng định danh và sau đó các pháp mới hiện hữu. Các pháp không hề có sự tồn tại tách biệt ngoài việc được định danh bởi những khái niệm và tư tưởng của tâm thức. Theo sự giải thích này thì các pháp đều có đặc tính và bản chất riêng, nhưng tất cả những đặc tính này của các pháp cụ thể luôn tồn tại phụ thuộc vào các pháp khác, chúng không hề có một phương thức tồn tại đặc thù tách biệt nào cả.

Trong trường phái Trung quán cũng có hai cách

diễn giải về ý nghĩa của tánh Không. Theo chi phái Trung quán Y tự khởi thì tất cả các pháp có tồn tại, nhưng sự tồn tại của chúng được hình thành từ hai điều kiện. Một mặt, tâm thức hiện hành phải gán đặt tên gọi và khái niệm cho một hiện tượng cụ thể và đồng thời hiện tượng đó cũng phải tồn tại tách biệt. Khi hai điều kiện này được đáp ứng thì hiện tượng đó tồn tại. Không một pháp nào [có thể] tồn tại tách biệt mà không có sự định danh bởi tâm thức.

Bộ phái Trung quán Quy mậu biện chứng đưa ra cách lý giải tinh tế nhất khi cho rằng mặc dù có những pháp như hình sắc, âm thanh, núi non, nhà cửa v.v... mà chúng ta có thể hướng đến, nhưng chúng không tồn tại theo cách nhận thức thông thường của ta. Thông thường, các pháp trình hiện đối với tâm thức ta như thể là chúng tồn tại tách biệt, nhưng những người theo bộ phái Quy mậu biện chứng cho rằng các pháp không hề tồn tại tách biệt. Chúng chỉ có sự tồn tại ước lệ và qua tên gọi. Do đó, nếu các pháp tồn tại theo cách mà chúng trình hiện đối với chúng ta thì khi chúng ta cố gắng phân tích, khảo sát và tìm kiếm đối tượng của sự định danh, lẽ ra chúng phải trở nên càng lúc càng hiện rõ hơn. Nhưng thực tế không phải vậy. Khi chúng ta cố gắng phân tích và khảo sát bản chất của các pháp mà ta đã nhận biết, ta không thể tìm thấy gì mà chúng lại biến mất. Điều này cho thấy các pháp không hề có bất kỳ sự tồn tại nào trên cơ sở tự tính và cũng không hề tồn tại tách biệt.

Theo phái Y tự khởi, phương thức để chứng minh rằng các pháp có tồn tại chính là sự tồn tại tách biệt [của chúng]. Nhưng phái Quy mậu biện chứng cho rằng các pháp không hề tồn tại tách biệt, bởi vì chúng chỉ hoàn toàn được định danh bởi tâm thức. Đối với những người theo phái Quy mậu biện chứng, sự tồn tại tách biệt của một pháp là đối tượng của sự phủ định và ý nghĩa của tánh Không chính là không có sự tồn tại trên cơ sở tự tính hay tồn tại tách biệt.

Nếu bạn có thể nhận thức được bản chất chân thật của các pháp bằng cách hiểu rằng chúng không tồn tại trên cơ sở tự tính mà phụ thuộc vào các nhân duyên, chẳng hạn như sự định danh bởi tên gọi và tư tưởng, thì đó là bạn đã bước vào con đường tu tập làm đức Phật hoan hỷ. Thông thường, khi một đối tượng, âm thanh hay hình sắc, trình hiện với chúng ta, nó trình hiện như thể là có sự tồn tại độc lập hay chắc thật, không phụ thuộc vào các nhân duyên, tên gọi, tư tưởng v.v... Nhưng đó không phải là phương thức chân thật của sự tồn tại. Do đó, nếu bạn hiểu được rằng các pháp tồn tại trong sự phụ thuộc vào các nhân duyên, tên gọi, tư tưởng v.v... và do đó loại bỏ được quan niệm sai lầm rằng các pháp tồn tại độc lập, thì [đó là] bạn đã hiểu được chánh đạo.

Mặt khác, [đôi khi] bạn có thể suy ngẫm về cách thức các pháp trình hiện và tính đúng đắn tuyệt đối của lý duyên khởi nhưng lại không thể khởi lên nhận thức rằng các pháp không có sự tồn tại trên cơ sở tự tính; hoặc có khi bạn suy ngẫm về tánh Không của các pháp hay sự không tồn tại trên cơ sở tự tính nhưng lại có thể không thừa nhận tính đúng đắn tuyệt đối của lý duyên khởi. Khi bạn phải hoán đổi giữa hai cách hiểu này và không thể đồng thời suy ngẫm về chúng thì bạn vẫn chưa nhận hiểu được tư tưởng của đức Phật, như các câu kệ sau đây đề cập.

Mọi hình tướng là duyên khởi không thể sai lệch;
Tánh Không là thoát khỏi các định kiến.
Khi hai nhận thức này còn bị xem là tách biệt,
Thì người ta vẫn chưa nhận hiểu được lời Phật dạy.

Mặc dù các pháp không có sự tồn tại trên cơ sở tự tính nhưng chúng có sự tồn tại qua tên gọi. Khi chúng ta nhìn thấy hình chiếu của khuôn mặt ta trong gương, hình chiếu không phải chính là khuôn mặt. Nói cách khác, hình chiếu đó không hề có khuôn mặt thực, vì nó chỉ là một sự phản chiếu và hoàn toàn không phải là khuôn mặt thực. Tuy rằng hình chiếu của khuôn mặt không phải là khuôn mặt, nhưng do hội đủ các nhân duyên, hình chiếu của khuôn mặt xuất hiện. Hình chiếu hoàn toàn không có sự hiện hữu của khuôn mặt thực [trong nó], nhưng dù vậy nó vẫn hiện hữu rõ rệt ở đó. Nó được tạo ra bởi các nhân duyên và sẽ tan biến cũng do các nhân duyên. Tương tự, các pháp có một sự tồn tại qua tên gọi cho dù chúng không có sự tồn tại độc lập với các nhân duyên.

Nếu bạn quán xét bản thân hay bất kỳ các pháp nào khác thật kỹ theo cách này thì bạn sẽ thấy rằng, mặc dù tất cả các pháp có vẻ như tồn tại trên cơ sở tự tính, nhưng chẳng có pháp nào tồn tại tách biệt hoặc giống như đang trình hiện trước chúng ta. Tuy nhiên, chúng quả thật có sự tồn tại qua tên gọi, vốn tạo ra các hệ quả, [sự tồn tại ấy] có công năng và các vận động [phụ thuộc nhân duyên] của nó là không thể sai lệch.

Khi hai nhận thức [nói trên] đồng thời đạt được và không phải hoán đổi cho nhau,
Sự xác quyết khởi sinh từ tuệ giác đơn thuần về [nguyên lý] duyên khởi không thể sai lệch,
Sẽ phá hủy hoàn toàn mọi hình thức của sự tham luyến.
Vào lúc đó, sự biện giải tri kiến thâm sâu được hoàn mãn.

Nếu bạn huân tập tâm thức mình với giáo pháp này thì đến một lúc bạn sẽ không phải hoán đổi hai sự nhận biết này nữa: sự nhận biết về ý nghĩa duyên khởi và sự nhận biết là không có sự tồn tại trên cơ sở tự tính. Khi ấy bạn sẽ hiểu được ý nghĩa không có sự tồn tại trên cơ sở tự tính, chỉ hoàn toàn nhờ vào sự hiểu biết ý nghĩa của duyên khởi mà không cần phải dựa vào bất kỳ sự luận giải nào khác. Chỉ đơn thuần bằng cách thấy được [nguyên lý] duyên khởi là không thể sai lệch, bạn sẽ có thể phá vỡ hoàn toàn quan niệm sai lầm rằng các pháp thật có tồn tại không dựa vào các các điều kiện khác. Khi bạn có thể nhận hiểu được rằng [nguyên lý] duyên khởi hay sự không tồn tại trên cơ sở tự tính [của các pháp] đều có ý nghĩa như nhau thì đó là bạn đã đạt được một sự hiểu biết trọn vẹn về thực tính của các pháp.

o

Bây giờ, chúng ta sẽ hoàn tất phần còn lại của luận văn *"Ba điểm tinh yếu trên đường tu tập"*.

Khi chúng ta suy ngẫm về sự không tồn tại trên cơ sở tự tính của các pháp, chúng ta nên khởi đầu sự quán sát từ chính bản thân mình và cố gắng tìm hiểu xem liệu "cái tôi" hay cá nhân này có tồn tại trên cơ sở tự tính hay không? Hãy tìm hiểu xem cá nhân này là ai và chia chẻ toàn bộ hợp thể thân tâm này ra bằng cách đặt câu hỏi: "Liệu bộ não của tôi có phải là cái tôi, hay bàn tay tôi là cái tôi? Hay các bộ phận khác của cơ thể tôi là cái tôi?" Khi phân tích như vậy, [bạn sẽ thấy là] cái tôi không thể tìm ra được. Bạn không thể đồng nhất cái tôi với bất kỳ yếu tố nào trong số này: toàn bộ cơ thể, các phần của cơ thể, tâm thức và các cấp độ khác nhau của tâm thức.

Khi bạn suy ngẫm về chính thân thể bằng xương thịt này và cố tìm hiểu xem nó là cái gì, liệu có phải là bàn tay, hay bộ phận này, bộ phận khác... thì [kết quả là] không thể tìm thấy. Tương tự, nếu bạn phân tích chia chẻ một cái bàn cụ thể để tìm hiểu xem nó là gì, liệu [cái bàn] có phải là màu sắc, là hình thù, hay là những cây gỗ làm ra nó... thì bạn sẽ không thể chỉ ra bất kỳ tính chất cá biệt nào của cái bàn [có thể được xem] như là "cái bàn" được.

Khi bạn không thể tìm thấy các sự vật qua cách phân tích như trên, điều đó không có nghĩa là sự vật không tồn tại. Như thế hẳn là trái ngược với lý giải và kinh nghiệm tự thân của chính bạn. Tính chất không thể tìm thấy của các pháp [ngay cả] với một sự xem xét kỹ lưỡng chứng tỏ rằng các pháp không có bất kỳ sự tồn tại khách quan tách biệt nào và rằng các pháp quả thật có tồn tại khi được thừa nhận hay định danh bởi tâm thức. Các pháp không được thiết lập bởi bất kỳ phương thức nào khác. Bởi vì các pháp không có bất kỳ sự tồn tại khách quan nào độc lập với tư tưởng, nên sự tồn tại của chúng phụ thuộc vào năng lực của đối tượng, tức là sự định danh. Do đó, các pháp có một sự tồn tại ước lệ hay qua tên gọi.

Nhưng khi bạn không phân tích, thử nghiệm hay nghiên cứu theo cách thức kỹ lưỡng như trên và các pháp trình hiện với bạn theo cách thức thông thường của chúng, thì chúng có vẻ như tồn tại một cách độc lập và tách biệt. Với bạn, không có vẻ gì là các pháp chỉ có một sự tồn tại ước lệ hay qua tên gọi. Nhưng vì bạn đã có một số hiểu biết qua sự phân tích và học hỏi, nên khi sự vật trình hiện một cách thông thường với bạn như thể là đang tồn tại một cách độc lập thì bạn sẽ có thể suy nghĩ: "Mặc dù các pháp không tồn tại trên cơ sở tự tính, nhưng đối với tâm bất tịnh của ta thì chúng có vẻ như tồn tại một cách độc lập và trên cơ sở tự tính." Nói cách khác, nếu kết quả sự học hỏi đưa bạn đến việc so sánh cách thức trình hiện thông thường của các pháp với cách thức sự vật hiện ra dưới sự thẩm sát, bạn sẽ hiểu được cách thức sai lầm mà các pháp hiện ra khi bạn không phân tích chúng và rồi bạn sẽ có thể nhận diện được đối tượng của sự phủ định, tức là sự tồn tại trên cơ sở tự tính.

Do đó, khi bạn đang thực sự hành thiền, điều quan trọng là phải xác quyết qua lập luận rằng sự vật tồn tại hoàn toàn chỉ do sự định danh và không có một sự tồn tại độc lập, tách biệt. Tuy nhiên, ngay sau khi bạn xả thiền, sự vật lại hiện ra theo cách thông thường. Lúc đó, nhờ vào tri kiến đã có được khi hành thiền nên cho dù các pháp trình hiện như thế là chúng tồn tại trên cơ sở tự tính hay tồn tại độc lập, bạn vẫn có thể khẳng định rằng: "Cho dù chúng trình hiện theo cách như thế này nhưng đây không phải là cách chúng tồn tại." Chính từ quan điểm này mà đoạn kệ kế tiếp dạy rằng:

Hơn thế nữa, cực đoan chấp hữu bị sắc tướng loại bỏ,
Cực đoan chấp không bị tánh Không loại bỏ,
Và nếu nhận biết được cách thức nhân quả khởi sinh từ tánh Không,
Thì các con sẽ không bị cuốn hút vào các quan điểm cực đoan.

Đoạn kệ này có nghĩa là, nếu bạn có thể hiểu rằng tất cả các pháp tồn tại một cách quy ước, thì bạn có thể xóa bỏ [quan điểm] cực đoan về sự thường hằng (chấp thường) và nhờ vào sự hiểu biết rằng các pháp không có sự tồn tại trên cơ sở tự tính, bạn sẽ có thể xóa bỏ [quan điểm] cực đoan của thuyết hư vô hay hoại diệt (chấp không). Nói cách khác, bạn sẽ có thể hiểu được bản chất của các pháp là chúng tồn tại một cách quy ước và qua tên gọi nhưng không hề có sự tồn tại trên cơ sở tự tính. Do sự không tồn tại trên cơ sở tự tính nên các pháp trình hiện như các nhân và quả. Nếu bạn có thể có được một sự hiểu biết về cách thức tồn tại như vậy [của tất cả các pháp] thì bạn sẽ không bị chi phối hay vướng mắc vào quan niệm sai lầm của hai cực đoan là chấp thường và chấp không.

Sau cùng, lời kệ kết luận dạy rằng:

Như vậy, khi con đã nhận hiểu được những điều cốt lõi,
Của ba điểm tinh yếu trên con đường tu tập,
Hãy tìm nơi ẩn cư, nỗ lực tinh tấn tu tập,
Và mau chóng thành tựu đạo quả tối thượng, hỡi các con!

Lời khuyên dạy sau cùng là: chỉ hiểu được kinh điển không thôi thì chưa đủ. Sau khi đã hiểu được ý nghĩa của ba điểm tinh yếu trên con đường tu tập thì phận sự của bạn là lui về một nơi vắng vẻ cách biệt và đưa những hiểu biết này vào tu tập một cách thành khẩn. Đã hiểu được ý nghĩa của sự tu tập thì bạn phải thực hành với sự [thấu hiểu] rõ ràng, vì định hướng và mục đích của sự tu học là đạt đến nhất thiết trí, nhưng điều này chỉ có thể thành tựu thông qua sự thực hành. Do đó, ngài Jey Tsongkhapa đã khuyên dạy chúng ta phải thực hành tinh tấn.

Vì thế, như đã giải thích ở trên, trước nhất phải xác lập một số hiểu biết về quan điểm các pháp không có sự tồn tại trên cơ sở tự tính, sau đó không ngừng huân tập hiểu biết này trong tâm, sao cho thông qua sự huân tập mà sự xác quyết của bạn ngày càng rõ ràng hơn, sâu sắc hơn và chắc chắn hơn. Hơn thế nữa, vì hiện nay tâm thức chúng ta bị ảnh hưởng mạnh mẽ bởi sự khuấy động và kích thích [từ ngoại cảnh] nên rất khó để trụ tâm một cách tĩnh lặng nơi một đối tượng, dù chỉ trong phút chốc. Trong những điều kiện như vậy, ngay cả khi bạn đã nhận thức được chân lý tối hậu, cũng rất khó để làm cho chân lý ấy hiển lộ.

Để có được sự trực nhận tánh Không, điều quan trọng là phải phát triển một tâm tĩnh lặng thông qua thiền định. Có hai phương pháp để thực hiện điều đó. Cách thứ nhất phù hợp với những giảng giải trong kinh điển. Cách thứ hai, được tìm thấy trong các mật điển, dựa vào du-già bổn tôn. Phương pháp thứ nhì là thâm sâu hơn. Cũng trong mật thừa, có hai cấp độ tùy theo vị du-già bổn tôn thuộc các lớp mật điển thấp hơn hay lớp mật điển cao nhất (Tối thượng Du-già).

Trong lớp mật điển Tối thượng du-già, có một phương thức đặc biệt để hành trì du-già bổn tôn và đạt [trạng thái] tâm tĩnh lặng bằng cách vận dụng khí vi tế và tâm vi tế. Khi bạn đạt được một tâm tĩnh lặng thông qua tiến trình này thì bạn sẽ thành tựu được điều được biết như là sự hợp nhất giữa định tĩnh và tuệ giác đặc biệt về tánh Không.

Nếu chúng ta giải thích sự hợp nhất giữa định tĩnh và tuệ giác đặc biệt chỉ hoàn toàn dựa vào tính chất của sự định tĩnh khi hành thiền thì không chắc là điều này sẽ trở thành một tác nhân dẫn đến giác ngộ. Chắc chắn đây là một phương pháp thực hành của Phật giáo vì nó giúp chúng ta thành tựu tuệ giác đặc biệt, nhưng không chắc lắm là chỉ riêng sự hợp nhất giữa định tĩnh và tuệ giác sẽ trở thành một tác nhân dẫn đến giác ngộ. Việc điều này có trở thành một tác nhân dẫn đến sự giải thoát hay nhất thiết trí hay không còn tùy thuộc vào động cơ [tu tập]. Do đó, [trước hết] chúng ta cần có một quyết tâm cầu giải thoát khỏi luân hồi làm nền tảng; rồi sau đó, dựa trên sự quan tâm chăm sóc vì lợi ích của tất cả chúng sinh, [chúng ta cần có thêm] một ước nguyện vị tha mong cầu giác ngộ. [Khi đã có cả hai điều này], nếu bạn hành trì pháp du-già [đạt đến sự] hợp nhất giữa tuệ giác đặc biệt và tâm định tĩnh thì điều đó sẽ trở thành một động lực tích cực giúp thành tựu giác ngộ.

Để sự thực hành như trên đạt được kết quả, điều quan trọng là trước hết bạn phải nhận được giáo pháp mật thừa. Và để tiếp nhận giáo pháp mật thừa nhằm làm chín muồi dòng tâm thức, thì trước tiên bạn phải được nhận lễ quán đảnh để giúp cho tâm thức dễ dàng phát triển. Do đó, điều quan trọng là thực hành kết hợp giữa phương tiện và trí tuệ. Khi chúng ta nương theo tâm nguyện vị tha cầu giác ngộ vì lợi lạc của tất cả chúng sinh, điều này sẽ có tác động và hỗ trợ quan điểm nhận hiểu được thực tính của các pháp; và ngược lại, sự nhận hiểu của chúng ta về tánh Không, thực tính của các pháp, cũng sẽ có tác động và hỗ trợ tâm nguyện cầu giải thoát của ta. Cách hành trì như vậy được gọi là sự kết hợp giữa phương tiện và trí tuệ.

Khi bạn tu tập theo mật thừa, trước hết bạn phải phát tâm mong cầu giác ngộ vì lợi lạc của tất cả chúng sinh; sau đó, do tâm nguyện vị tha này mà phát khởi trí tuệ nhận biết tánh Không, thực tính của các pháp, và trên cơ sở nhận biết này để tạo lập vị bổn tôn. Nói cách khác, chính trí tuệ nhận hiểu tánh Không tự nó đã được tạo ra trong hình tướng của một vị bổn tôn. Nếu bạn lại tập trung vào bản chất của chính vị bổn tôn thì bạn sẽ thấy rằng ngay cả vị bổn tôn đó cũng không hề tồn tại tách biệt. Sau đó bạn hình dung vị bổn tôn như là Pháp thân chân thật mà cuối cùng bạn sẽ thành tựu khi đạt giác ngộ.

Như vậy, phương pháp thiền định về cả phương tiện lẫn trí tuệ là rất quan trọng và bao gồm việc thiền định về phạm vi mở rộng của vị bổn tôn cũng như về tánh Không thâm sâu của vị ấy. Phương tiện và trí tuệ được kết hợp trong pháp hành trì mật thừa này bởi vì một mặt bạn suy ngẫm về bản chất của chính vị bổn tôn, vốn là sự hình dung hóa thật tánh của các pháp; và rồi mặt khác bạn lại quán tưởng chính vị bổn tôn như là Pháp thân chân thật mà bạn sẽ thành tựu khi đạt giác ngộ, đó là quán về đối tượng của sự giác ngộ. Do đó, đây cũng là thiền quán về tâm nguyện mong cầu giác ngộ.

Thông qua tiến trình [tu tập] pháp du-già bổn tôn, bạn thực hành cùng lúc cả phương tiện và trí tuệ. Chính điều này làm cho con đường tu tập trở nên hết sức nhanh chóng và có kết quả tốt. Đặc biệt là nếu bạn [tu tập] theo pháp Tối thượng Du-già sẽ có các phương pháp làm hiển lộ khí vi tế nhất và thức vi tế nhất. Thông qua những phương pháp đặc biệt, bạn sẽ có thể làm dừng lại các cấp độ thô trược và ô nhiễm hơn của khí và thức, cũng như làm hiển lộ các cấp độ vi tế nhất của chúng.

Cho dù bạn tu tập theo kinh điển hay mật thừa, nếu muốn thực hành phương pháp này thì trước tiên bạn phải thiết lập một nền tảng vững chắc trong việc tu tập đức hạnh hay trì giới.

Có nhiều cấp độ giới luật để thọ trì, bắt đầu từ giới Biệt giải thoát, [là các giới điều] giống như nền tảng của tất cả các cấp độ giới luật cao hơn. Các giới này đôi khi được gọi là Thanh văn giới, và chính trên cơ sở các giới này mà bạn phát triển thành Bồ Tát giới. Rồi trên cơ sở Bồ Tát giới, bạn phát triển thành Kim cương giới.

NGHI VẤN VÀ GIẢI ĐÁP

Hỏi: Xin Ngài giảng rõ, có phải là quyết tâm cầu giải thoát không liên quan gì đến quan niệm chấp hữu hay quan niệm các pháp tồn tại trên cơ sở tự tính?

Đáp: Thông thường, khi chúng ta nói về việc phát khởi một ước nguyện mạnh mẽ mong được giải thoát khỏi luân hồi, một tâm thức cầu đạt giác ngộ, [thì điều đó hàm ý] liên quan đến một người đã thực sự thấu hiểu qua tu học rằng giải thoát là điều có thật và có thể thực sự đạt được; đó là người có nhận thức sâu xa trên cơ sở lý luận, nên chúng ta có thể nói rằng ước nguyện cầu giải thoát của người này không bị ô nhiễm bởi quan niệm chấp hữu hay quan niệm các pháp tồn tại trên cơ sở tự tính.

Đó là vì người ta thường chỉ có tri kiến đúng đắn về giải thoát sau khi nhận hiểu được tánh Không. Khi bạn đã hiểu được ý nghĩa của tánh Không thì cho dù bạn chưa hoàn toàn trừ bỏ tận gốc quan niệm chấp hữu, nhưng cả sự giải thoát cần phải thành tựu lẫn con đường tu tập dẫn đến giải thoát đều sẽ không bị ô nhiễm bởi quan niệm chấp hữu. Vì thế, chúng ta có thể nói rằng tâm nguyện cầu giải thoát không đi kèm với quan niệm chấp hữu hay quan niệm các pháp tồn tại trên cơ sở tự tính.

Tuy nhiên, trong trường hợp phàm phu như chúng ta, những người không có sự hiểu biết chuẩn xác hay đáng tin cậy về dạng thức tồn tại của giải thoát mà chỉ đơn thuần ước nguyện đạt được giải thoát, thì cho dù ước nguyện đó đích thực là chân thật, nhưng do không hiểu được thật tánh của các pháp, ta có thể xem chính bản thân sự giải thoát như là [một dạng] tồn tại thực sự hay tồn tại trên cơ sở tự tính. Nói cách khác, nếu không hiểu rõ rằng các pháp không có sự tồn tại tự tính thì tâm nguyện cầu giải thoát sẽ bị ô nhiễm bởi quan niệm chấp hữu.

Trong một đoạn kinh đức Phật dạy rằng, nếu khi nhìn thấy ảo ảnh của một phụ nữ xinh đẹp bạn khởi lòng ham muốn, thì sự tiếc nuối sau đó khi nhận ra cô ta chỉ là ảo ảnh quả là điều ngốc nghếch, bởi vì ngay từ đầu đã không hề có người phụ nữ nào cả! Tương tự, nếu bạn nghĩ đến sự giải thoát như [một dạng] tồn tại thực sự, mặc dù sự thật không phải vậy, thì tâm nguyện cầu giải thoát của bạn quả thật là không chân chính.

o

Hỏi: Xin hỏi chúng ta có thể dùng cách diễn đạt như "sự hỷ lạc của giải thoát" được không?

Đáp: Dĩ nhiên là được, vì khi chúng ta đạt giải thoát, đó chỉ là sự đoạn diệt hoàn toàn mọi phiền não. Ngoài ra, người [giải thoát] ấy vẫn là một con người với một thân xác bằng xương thịt. Quả thật có một cảm thọ hỷ lạc vì đã đạt được giải thoát, cho dù không hề có sự thèm muốn cảm thọ hỉ lạc đó. Ví dụ, nếu chúng ta nói theo cách diễn đạt của mật thừa thì một cá nhân siêu việt đã xóa bỏ được quan niệm chấp hữu sẽ có trí tuệ đại hỷ lạc trong dòng tâm thức của mình. Và sự hỷ lạc đó là hỷ lạc chân thật. Tôi nghĩ cũng vẫn thích hợp khi nói về hỷ lạc của một cá nhân ở vào giai đoạn vô học. Như vậy, chúng ta có thể nói rằng ngay cả đức Phật cũng có cảm thọ hỷ lạc, và do đó ta có thể nói về niềm hỷ lạc của sự giải thoát.

Nhưng nếu bạn đưa ra câu hỏi này trên quan điểm rằng bản thân giải thoát có phải là hỷ lạc hay không, thì câu trả lời là không, bởi vì giải thoát là một hiện tượng vô ngã. Thật ra thì giải thoát hay tịch diệt là một phẩm tính, một sự chấm dứt hoàn toàn các phiền não trong một con người cụ thể đã đạt đến và thành tựu giải thoát. Khi nói về người giải thoát và thời điểm đạt giải thoát thì chính tự thân người giải thoát là chủ thể trải nghiệm sự hỷ lạc. Do đó, nếu bạn hỏi rằng người giải thoát có trải nghiệm sự hỷ lạc của giải thoát hay không, thì câu trả lời là có; còn nếu bạn hỏi rằng bản thân sự giải thoát có phải là sự hỷ lạc hay không, thì câu trả lời là không.

Hỏi: *Thiền định liên quan như thế nào đến việc loại trừ khổ đau của chúng sinh?*

Đáp: Khi một vị Bồ tát thực sự bước vào giai

đoạn tu tập trước khi giác ngộ, vị ấy không chỉ thiền định về các phẩm hạnh như lòng bi mẫn hay vị tha, mà còn thực hành lục độ (sáu pháp ba-la-mật).[1] Trong sáu pháp ba-la-mật thì bố thí và trì giới là liên quan trực tiếp đến lợi ích của chúng sinh. Tương tự, vị Bồ Tát còn thực hành bốn phương tiện nhiếp hóa đồ chúng, như bố thí đồ vật mà chúng sinh cần, nói năng hòa nhã v.v...[2] Việc phát khởi tâm từ bi trong thiền quán thực sự làm khởi sinh tâm nguyện, và những hành vi bố thí, trì giới v.v... là sự biểu hiện thực sự của tâm nguyện đó thành hành động. Do đó, việc thực hành công hạnh và thiền định luôn đi đôi với nhau. Bạn cũng sẽ nghe nói đến trạng thái tĩnh tâm và thành tựu theo sau [của nó]. Trong trạng thái tĩnh tâm thiền, bạn thực hành thiền định, và trong giai đoạn sau thiền định, bạn xả thiền và bắt tay vào những việc làm tích lũy công đức, nghĩa là thực sự tham gia vào những hoạt động trực tiếp mang lại lợi ích cho chúng sinh.

---

[1] Lục độ hay sáu pháp Ba-la-mật (Lục ba-la-mật): phiên âm từ Phạn ngữ là pramit, cũng đọc là Ba-la-mật-đa, người Trung Hoa xưa dịch nghĩa là "đáo bỉ ngạn", nghĩa là "đến bờ bên kia". Kinh văn Hán tạng dùng cụm từ "đáo bỉ ngạn" (đến bờ bên kia) để chỉ sự giải thoát rốt ráo, đạt đến Niết-bàn. Vì thế có nơi cũng dịch chữ ba-la-mật là "độ", nghĩa là đưa qua, và Lục độ (六度) có nghĩa là sáu pháp môn giúp "đưa qua bờ bên kia", đạt đến sự giải thoát. Sáu pháp ba-la-mật hay Lục độ bao gồm: 1. Bố thí độ (布施度- Phạn ngữ: dāna pāramitā), 2. Trì giới độ (持戒度 - Phạn ngữ: śīla pāramitā), 3. Nhẫn nhục độ (忍辱度 - Phạn ngữ: kṣānti pāramitā), 4. Tinh tấn độ (精進度- Phạn ngữ: vīrya pāramitā), 5. Thiền định độ (禪定度- Phạn ngữ: dhyāna pāramitā) và 6. Trí [huệ] độ (智慧度- Phạn ngữ: prajñā pāramitā). (ND)

Hỏi: *Ước nguyện cầu giải thoát của một người liên quan như thế nào đến kinh nghiệm khổ đau?*

Đáp: Để phát khởi ước nguyện cầu giải thoát, trước hết bạn phải thấy được các nguy hại của luân hồi. Nhưng đồng thời, nếu bạn không có sự hiểu biết về khả năng có thể đạt đến giác ngộ [của tất cả chúng sinh] thì chỉ riêng việc thấy được những nguy hại và khổ đau của luân hồi vẫn chưa đủ. Có nhiều trường hợp, người ta đối diện với khổ đau nhưng không hề biết đến khả năng có thể đạt giải thoát [của mình]. Khi không tìm thấy lối thoát cho những bất ổn của mình, trong cơn tuyệt vọng họ [có thể] tự vẫn hoặc tự làm tổn hại bản thân bằng những cách khác.

Hỏi: *Khi các bậc Thanh văn và Độc giác Phật đã hoàn toàn dứt trừ phiền não và trở thành A-la-hán thì các ngài có một thức vô ký hay tâm vô ký không?*

Đáp: Có, các vị có tâm thức vô ký. Sau khi đã đạt quả vị A-la-hán, các vị Thanh văn và Độc giác Phật không những có tâm vô ký mà còn thể hiện các tính cách khác như ác ngữ, kiêu mạn v.v... Tuy những hành vi loại này không sinh khởi do các phiền não như sân hận và tham luyến, chúng lại khởi lên do sự huân tập lâu ngày với những phẩm chất xấu trong quá khứ và nay tự biểu hiện qua thân, khẩu, ý theo cách xấu.

Hỏi: *Những người chưa nhận biết được tánh Không nhìn tất cả các pháp như là tồn tại trên cơ sở tự tính và do đó họ sinh khởi sân hận, tham luyến v.v... Nhưng làm sao những người đã nhận biết được tánh Không lại còn khởi tâm sân hận và tham luyến, vì sự nhận biết được tánh Không là phương tiện đối trị trực tiếp của quan niệm chấp hữu?*

Đáp: Sự khác biệt là những người đã nhận biết được tánh Không không có quan niệm chấp hữu, tức là quan niệm xem các pháp như là tồn tại trên cơ sở tự tính. Mặc dù các pháp trình hiện với họ như là tồn tại trên cơ sở tự tính nhưng họ không hề có một quan niệm chấp hữu. Ngay cả đối với những người đạt trình độ cao hơn và trở thành A-la-hán thì sự vật [đối với họ] vẫn có vẻ như tồn tại trên cơ sở tự tính. Như vậy, không nhất thiết là những ai thấy các pháp có vẻ như tồn tại trên cơ sở tự tính đều phải có tham luyến và sân hận. Do đó, sân hận và các phiền não khác khởi lên không chỉ là khi các pháp có vẻ như tồn tại trên cơ sở tự tính, mà là khi có kèm theo sự tin chắc rằng các pháp có sự tồn tại thực sự.

Không thể dứt trừ hoàn toàn phiền não lậu hoặc chỉ riêng bằng cách quán tánh Không hay nhận biết tính vô ngã. Không những bạn phải nhận biết được tánh Không hay tính vô ngã, mà bạn còn phải hết sức thuần thục với những nhận thức đó. Khi bạn không những nhận hiểu được tánh Không mà còn trực kiến nó thì bạn đã đạt đến điều mà ta gọi là *kiến đạo*. Và khi đạt đến [giai đoạn] kiến đạo bạn có thể tạm thời kiềm chế mọi sự hiện hành bên ngoài của phiền não. Tuy nhiên, bạn chỉ kiềm chế được sự hiện hành của các phiền não này chứ chưa xóa bỏ được hoàn toàn các chủng tử của chúng. Các phiền não nội tại vẫn còn hiện hữu.

Ngay cả sau khi bạn đã trực nhận được tánh Không, vẫn còn những giai đoạn tu tập cao hơn như [giai đoạn] kiến đạo và [giai đoạn] thiền định (*Tu tập đạo*). Các phiền não tích lũy qua nhận thức là các phiền não được xóa bỏ bởi sự kiến đạo và do đó chúng bị xóa bỏ khi [hành giả] trực kiến tánh Không. Chúng phát sinh từ việc học tập các tư tưởng, triết thuyết sai lầm. Nói cách khác, chúng là sản phẩm của tà kiến. Khi bạn trực kiến được tánh Không hay thực tại tối hậu, các phiền não huân tập qua nhận thức - sản phẩm của tà kiến - sẽ tự động bị xóa bỏ một cách tự nhiên. Do đó, bạn phải trở nên hoàn toàn thuần thục với việc nhận biết được thật tánh của các pháp. Rồi dần dần khi bạn đạt đến [giai đoạn] thiền định (*Tu tập đạo*), bạn sẽ có thể xóa bỏ được nguyên nhân căn bản của phiền não.

Giờ thì hãy xem quan niệm chấp hữu, hay quan niệm về sự tồn tại trên cơ sở tự tính, là tác nhân gây ra những phiền não như sân hận, tham luyến v.v... như thế nào. Thông thường thì không nhất thiết là các phiền não như tham luyến và sân hận sẽ khởi sinh bất cứ nơi đâu có quan niệm chấp hữu, bởi vì có những trường hợp bạn chỉ có quan niệm chấp hữu [mà không khởi sinh phiền não]. Nhưng bất kỳ ở đâu có tham luyến hay sân hận thì chắc chắn đó phải là do quan niệm chấp hữu. Khi bạn khởi tâm tham luyến, bạn không chỉ xem đối tượng đó là lý thú hay hấp dẫn, mà bạn xem nó như một thứ hoàn toàn hấp dẫn, hoàn toàn lý thú và tồn tại tách biệt trên cơ sở tự tính. Do quan niệm sai lầm về các pháp như vậy nên bạn khởi tâm tham luyến mạnh mẽ.

Tương tự, khi bạn thấy vật nào đó không lý thú hay không hấp dẫn, bạn không chỉ thấy nó ở mức độ như vậy mà bạn thấy nó hoàn toàn không lý thú hoặc hoàn toàn không hấp dẫn. Điều này là do bạn có quan niệm chấp hữu. Nguyên nhân căn bản của tất cả các phiền não khác nhau này, như tham luyến và sân hận, là quan niệm về "cái tôi" và "cái của tôi". Trước hết, bạn tham luyến "cái tôi", và do sự tham luyến này bạn bắt đầu khởi sinh tất cả các loại phiền não khác. Thông thường thì bạn thực sự không suy ngẫm về "cái tôi" này là gì, nhưng khi nó tự động khởi lên thì bạn có một cảm giác mạnh mẽ về một "cái tôi" không chỉ tồn tại qua tên gọi, mà là một "cái tôi" chắc thật tồn tại tách biệt trên cơ sở tự tính.

Việc thừa nhận sự tồn tại của một "cái tôi" ước lệ không có gì bất ổn, nhưng khi bạn phóng đại nó như là có một sự tồn tại độc lập thì điều đó là sai lầm. Đó chính là quan niệm sai lầm *hữu thân kiến*. Vì có kiểu quan niệm như thế về sự tồn tại thực sự của "cái tôi" nên bạn phát khởi các phiền não khác, như quan niệm về "vật của tôi", nghĩ rằng "cái này hay cái kia là của tôi"...

Khi bạn có quan niệm về sự vật như là "vật của tôi", bạn phân chia mọi thứ thành hai nhóm. [Nhóm thứ nhất là] những thứ bạn ưa thích, là những thứ bạn nghĩ đến như là "vật của tôi", như là hấp dẫn, như là "bạn bè tôi" v.v..., và dựa trên những thứ này mà bạn khởi sinh rất nhiều tham luyến. [Nhóm thứ hai là] những thứ không thuộc về bạn, hoặc những thứ từng làm tổn hại hay có khả năng sẽ làm tổn hại bạn. Bạn phân loại những thứ này thành một nhóm khác và không quan tâm đến chúng.

Do quan niệm về "cái tôi" và cảm giác rằng mình vượt trội theo một cách nào đó, [luôn tự xem mình là] một người rất quan trọng, nên bạn trở thành kiêu mạn. Do sự kiêu mạn này, khi không hiểu biết một điều gì, bạn sinh tâm nghi ngờ; và khi đối diện với thách thức từ những người có tài năng hay sản nghiệp giống như bạn thì bạn khởi sinh các phiền não ganh ghét và đua tranh với họ.

Hỏi: *Xin giải thích về ý nghĩa của định nghiệp và bất định nghiệp.*

Đáp: Định nghiệp là loại nghiệp mà tất cả các thành phần tất yếu của nó đều đã hoàn tất. Ví dụ: đã hoàn tất mọi sự chuẩn bị cho một hành vi cụ thể, đã thực sự tiến hành hành vi đó và cuối cùng là [khởi lên ý] nghĩ rằng mình đã làm được một việc đúng đắn. Nếu bạn đã tạo một nghiệp theo tiến trình xuyên suốt như vậy thì nghiệp quả sẽ là xác định, do đó nó được gọi là một [nghiệp xác định, hay] định nghiệp.

Mặt khác, nếu bạn không hề khởi lên ý định thực hiện một hành vi cụ thể thì ngay cả khi bạn đã [thực sự] làm một việc gì đó, nghiệp quả [của việc ấy] vẫn là không xác định. Do đó, nó được gọi là [nghiệp không xác định, hay] bất định nghiệp.

Nói chung, có nhiều loại nghiệp được giải thích trong Đại thừa A-tì-đạt-ma tập luận của ngài Vô Trước.[1] Có những hành vi được thực hiện nhưng không tích lũy nghiệp, có những hành vi tích lũy nghiệp nhưng không được thực hiện, cũng như có những hành vi được thực hiện và tích lũy nghiệp. Loại hành vi tích lũy nghiệp nhưng không được thực hiện[2] là nghiệp xác định. Loại hành vi được thực hiện nhưng không tích lũy nghiệp là nghiệp không xác định, chẳng hạn như [những hành vi được thực hiện mà] không do bất kỳ động cơ nào thúc đẩy.

---

[1] Đại thừa A-tì-đạt-ma tập luận do ngài Vô Trước soạn, tên Phạn ngữ là Abhidharma-samuccaya, đã được ngài Huyền Trang dịch sang Hán văn vào đời Đường, gồm 7 quyển, được đưa vào Đại chánh tạng thuộc quyển 31, kinh số 1605, bắt đầu từ trang 663. (ND)

[2] Trong bài giảng về Tứ diệu đế, đức Đạt-lai Lạt-ma gọi loại hành vi này là hành vi tinh thần (mental acts) để phân biệt với các hành vi đã thực

Bây giờ, để giải thích điểm này rõ hơn, chúng ta hãy lấy ví dụ việc giết một con vật. Nói chung thì việc giết hại sẽ dẫn đến một sự tái sinh xấu. Nhưng nếu bạn giết một con vật nào đó mà không hề có ý định giết nó, như khi bạn vô tình giẫm phải một con côn trùng làm chết nó, nhưng sau khi nhận biết việc đã làm [chết con vật], bạn khởi sinh cảm giác hối hận rất mạnh mẽ, thì nghiệp quả [của hành vi ấy] là không xác định. Vì bạn đã thực sự giết chết con côn trùng, bạn đã phạm vào hành vi giết hại, nhưng bạn không tích lũy nghiệp [của hành vi đó] vì bạn không hề cố ý giết nó. Trong trường hợp này, nghiệp quả là không xác định, nghĩa là hành vi giết hại này sẽ không dẫn đến nghiệp quả như thông thường là sự tái sinh xấu, bởi vì không có sự tác ý và đã có sự ăn năn hối tiếc sau đó. Tuy nhiên, vì hành vi giết hại đã được thực hiện nên vẫn sẽ mang lại nghiệp quả của nó. [Dù không dẫn đến một tái sinh xấu nhưng chắc chắn] nó không mang lại lợi lạc.

Hỏi: *Làm sao một con người, nhất là người Tây phương, lại có thể khởi tâm từ bỏ tất cả, không còn vui hưởng các thú vui trong thế giới mà chúng ta đang sống?*

Đáp: Không hẳn là mọi người đều sẽ khởi tâm từ bỏ tất cả, và điều đó cũng không cần thiết, do có sự khác biệt về sự quan tâm và các khuynh hướng tinh thần của mọi người. Một số người vẫn thích ảo tưởng về luân hồi. Vậy chúng ta nên làm gì? Nếu ta theo quan điểm của một Phật tử và cố gắng vươn đến sự giải thoát thì chúng ta phải rèn luyện tâm thức theo cách của đạo Phật.

Nếu chỉ nhìn thoáng qua cách sống của phương Tây thì có lẽ bạn thấy nhiều sự quyến rũ bề ngoài, sự thừa thãi các tiện nghi hiện đại v.v... Nhưng nếu bạn khảo sát đến một mức độ sâu hơn thì người Tây phương cũng không thể thoát khỏi những nỗi khổ chung của trần thế như sinh, già, bệnh, chết, và đặc biệt là bị giày vò bởi lòng ganh đua và đố kỵ. Tôi chắc chắn rằng những thứ này phá hoại hạnh phúc của bạn, và do đó người ta gọi chúng là những khổ đau của luân hồi.

Chúng ta có thể phân loại khổ đau thành ba mức độ: *khổ khổ*, *hoại khổ* và *hành khổ*.[1] Hành khổ chỉ đến sự thật là thân thể vật chất của chúng ta, bị dẫn dắt bởi các nghiệp ô nhiễm và phiền não, tự nó trở thành cơ sở cho sự gánh chịu tất cả các mức độ khổ đau khác nhau. Điều quan trọng là phải rõ biết các các mức độ và giai đoạn khác nhau của khổ đau và cách thức hành thiền. Nói chung, nếu bạn không có băn khoăn, lo lắng và sầu muộn gì thì điều đó là tốt nhất. Chúng ta nghĩ đến việc thực hành giáo pháp của đức Phật là vì chúng ta đang có một nỗi khổ đau, lo lắng nào đó... nhưng nếu bạn không có những thứ [như khổ đau, lo lắng...] này thì không cần tu tập, cứ vui hưởng [như thế].

---

[1] Xin tìm đọc giảng giải chi tiết về ba mức độ khổ đau này trong sách Tứ diệu đế (thuyết giảng của đức Đạt-lai Lạt-ma), từ trang 108 đến trang 122. (Tứ diệu đế - NXB Tôn giáo, 2008) (ND)

Hỏi: *Khi chúng ta vẫn còn mang quan niệm chấp ngã, liệu có thể làm lợi lạc cho các chúng sinh được không?*

Đáp: Có thể được. Thực ra, có hai thái độ sai lầm liên quan đến "cái tôi": một là tin chắc rằng nó tồn tại trên cơ sở tự tính và hai là thái độ tự tôn vị kỷ. Nếu bạn có một thái độ rất vị kỷ, lúc nào cũng chỉ quan tâm đến hạnh phúc của riêng bản thân mình và không quan tâm gì khác hơn, thì tự nhiên bạn sẽ thờ ơ với hạnh phúc của các chúng sinh khác.

Quan niệm chấp ngã - cho rằng có một cái tôi thật sự tồn tại - là rất khó loại bỏ, nhưng trong khi còn chấp ngã như thế thì bạn vẫn có thể tu tập một thái độ vị tha quan tâm đến hạnh phúc của các chúng sinh khác và tham gia vào các hoạt động làm lợi lạc cho họ. Các bậc thánh giả Thanh văn và Duyên giác đều đã trừ bỏ được phiền não cùng các chủng tử của chúng và đã chứng ngộ được thực tánh của các pháp. Như vậy, các ngài đã loại bỏ được quan niệm chấp hữu, nhưng do thái độ tự tôn vị kỷ nên có thể các ngài không quan tâm nhiều đến hạnh phúc của chúng sinh. Tuy nhiên, một vị Bồ Tát có thể tu theo giáo lý của phái Tì-bà-sa, vốn không thừa nhận tánh Không của sự tồn tại thực sự. Do đó, vị Bồ Tát ấy có thể vẫn chưa xóa bỏ được chủng tử của quan niệm chấp hữu, nhưng vì ngài đã tu tập phát triển tâm nguyện vị tha quan tâm đến người khác nên sẽ cống hiến hết sức mình để làm lợi lạc cho chúng sinh.

PHỤ LỤC: PHẦN CHÁNH VĂN KỆ TỤNG CỦA NGÀI TSONGKHAPA

Chí tâm đảnh lễ

Con chí tâm đảnh lễ các bậc lạt-ma tôn quý nhất.

[Lời thệ nguyện khi soạn thảo luận văn này]

Con sẽ giải thích bằng hết khả năng mình
Tinh hoa tất cả giáo pháp của đấng Pháp vương
Con đường mà các vị Pháp vương tử tán thán
Lối vào cho những ai may mắn mong cầu giải thoát.

Khuyên bảo đệ tử lắng nghe

Những ai không mê đắm trong các thú vui của luân hồi;
Hãy tinh tấn sao cho cơ hội làm người này trở thành có nghĩa;
Nương theo con đường khiến đức Phật hoan hỷ.
Những ai được may mắn như thế, hãy lắng nghe với lòng thanh tịnh.

Sự cần thiết phát khởi tâm cầu giải thoát

Nếu không hết lòng mong cầu giải thoát thì không dựa vào đâu để đạt được an lạc.
Do đắm chấp các thú vui trong biển khổ luân hồi,
Chúng sinh hoàn toàn bị sự tham luyến vào cuộc sống trói buộc,
Do đó, ngay từ khởi đầu hãy hướng đến một quyết tâm cầu giải thoát.

Quán chiếu rằng [đời người] có tự do và đủ duyên may là rất khó được,
Và không có thời gian để hoang phí trong đời này, hãy chế ngự sự hướng tâm theo các sắc tướng quyến rũ của kiếp sống này.
Liên tục quán chiếu các hậu quả tất yếu của nghiệp,
Và những khổ đau của luân hồi, hãy chế ngự [sự hướng tâm theo] các sắc tướng quyến rũ của mọi kiếp sống về sau.
Nếu thường suy ngẫm về luật nhân quả vốn không sai chạy,
Và những khổ đau trong cõi luân hồi,
Sẽ có thể dứt trừ sự tham luyến đối với kiếp sống tiếp theo.

Lượng định sự phát khởi quyết tâm cầu giải thoát

Sau khi tự huân tập theo cách này, nếu con không khởi lòng mến mộ,
Vẻ phồn hoa của luân hồi, dù chỉ trong thoáng chốc,
Và nếu con ngày đêm khát khao giải thoát,
Lúc đó con đã thực sự phát khởi quyết tâm cầu giải thoát.

Mục đích của việc phát tâm Bồ-đề

Nếu quyết tâm cầu giải thoát không được dẫn dắt bởi tâm giác ngộ thanh tịnh,

Thì không thể trở thành nhân đưa đến giác ngộ tối thượng, niềm hỷ lạc toàn hảo.
Do đó, bậc trí giả phải phát tâm Bồ-đề.

Phương tiện phát tâm Bồ-đề

Bị cuốn trôi bởi bốn dòng thác dữ;
Bị trói chặt bởi nghiệp lực, khó lòng cởi bỏ;
Bị giam hãm trong lưới sắt của ngã chấp;
Hoàn toàn bao phủ trong bóng tối dày đặc của vô minh;
Trôi nổi trong luân hồi bất tận;
Đau đớn khôn nguôi bởi ba khổ não trong từng kiếp tái sinh.
Khi quán chúng sinh từng là mẹ ta trong tình trạng như vậy, hãy phát khởi tâm vô thượng Bồ-đề.
Trông thấy nỗi thống khổ của những chúng sinh từng là mẹ ta,
Đang ở trong tình trạng khổ đau đến như thế, ta cần phải phát tâm vô thượng.

Sự cần thiết phải nhận biết tánh Không

Kẻ thấy được lý nhân quả không sai chạy,
Của mọi pháp trong luân hồi và vượt ngoài,
Và phá hủy mọi nhận thức [sai lầm] (về sự tồn tại trên cơ sở tự tính)
[Như thế là] đã bước vào con đường tu tập làm đức Phật hoan hỷ.
Mọi hình tướng là duyên khởi không thể sai lệch;

Tánh Không là thoát khỏi các định kiến.
Khi hai nhận thức này còn bị xem là tách biệt,
Thì người ta vẫn chưa nhận hiểu được lời Phật dạy.
Khi hai nhận thức [nói trên] đồng thời đạt được và không phải hoán đổi cho nhau,
Sự xác quyết khởi sinh từ tuệ giác đơn thuần về [nguyên lý] duyên khởi không thể sai lệch,
Sẽ phá hủy hoàn toàn mọi hình thức của sự tham luyến.
Vào lúc đó, sự biện giải tri kiến thâm sâu được hoàn mãn.
Hơn thế nữa, cực đoan chấp hữu bị sắc tướng loại bỏ,
Cực đoan chấp không bị tánh Không loại bỏ,
Và nếu nhận biết được cách thức nhân quả khởi sinh từ tánh Không,
Thì các con sẽ không bị cuốn hút vào các quan điểm cực đoan.

[Kết luận]

Như vậy, khi con đã nhận hiểu được những điều cốt lõi,
Của ba điểm tinh yếu trên con đường tu tập,
Hãy tìm nơi ẩn cư, nỗ lực tinh tấn tu tập,
Và mau chóng thành tựu đạo quả tối thượng, hỡi con!

MỤC LỤC

DẪN NHẬP 7
Chí tâm đảnh lễ 16
Lời thệ nguyện khi soạn thảo luận văn này 17
Khuyên bảo đệ tử lắng nghe 19
Lượng định sự phát khởi
   quyết tâm cầu giải thoát 47
Mục đích của việc phát tâm Bồ-đề 47
Sự cần thiết phải nhận biết tánh Không 59

NGHI VẤN VÀ GIẢI ĐÁP 80

PHỤ LỤC: PHẦN CHÁNH VĂN KỆ TỤNG CỦA
   NGÀI TSONGKHAPA 93

Lời thưa

Trong kinh Pháp Cú, đức Phật dạy rằng: "Pháp thí thắng mọi thí." Thực hành Pháp thí là chia sẻ, truyền rộng lời Phật dạy đến với mọi người. Mỗi người Phật tử đều có thể tùy theo khả năng để thực hành Pháp thí bằng những cách thức như sau:

1. Cố gắng học hiểu và thực hành những lời Phật dạy. Tự mình học hiểu càng sâu rộng thì việc chia sẻ, bố thí Pháp càng có hiệu quả lớn lao hơn. Nên nhớ rằng **việc đọc sách còn quan trọng hơn cả việc mua sách.**

2. Phải trân quý kinh điển, sách vở in ấn lời Phật dạy. Khi có điều kiện thì mua, thỉnh về nhà để tự mình và người trong gia đình đều có điều kiện học hỏi làm theo. Không nên giữ làm của riêng mà phải sẵn lòng chia sẻ, truyền rộng, khuyến khích nhiều người khác cùng đọc và học theo. Không nên để kinh sách nằm yên đóng bụi trên kệ sách, vì **kinh sách không có người đọc thì không thể mang lại lợi ích.**

3. Tùy theo khả năng mà đóng góp tài vật, công sức để hỗ trợ cho những người làm công việc biên soạn, dịch thuật, in ấn, lưu hành kinh sách, **để ngày càng có thêm nhiều kinh sách quý được in ấn, lưu hành.**

Thông thường, việc chi tiêu một số tiền nhỏ không thể mang lại lợi ích lớn, nhưng nếu sử dụng vào việc giúp lưu hành kinh sách thì lợi ích sẽ lớn lao không thể suy lường. Đó là vì đã giúp cho nhiều người có thể hiểu và làm theo lời Phật dạy. Mong sao quý Phật tử khắp nơi đều lưu tâm đóng góp sức mình vào những việc như trên.

TINH YẾU THỰC HÀNH PHÁP THÍ

- Mua thỉnh kinh sách về đọc, tự mình sẽ được rất nhiều lợi ích.

- Chia sẻ, truyền rộng bằng cách cho mượn, biếu tặng kinh sách đến nhiều người thì lợi ích ấy càng tăng thêm gấp nhiều lần.

- Đóng góp công sức, tài vật để hỗ trợ công việc biên soạn, dịch thuật, giảng giải, in ấn, lưu hành kinh sách thì công đức lớn lao không thể suy lường, vì có vô số người sẽ được lợi ích từ việc lưu hành kinh sách.

Made in the USA
Monee, IL
03 May 2026

49437790R00056